பூவா வேங்கை

இரா. சீனிவாசன்
முதல்வர்
அரசு கலை அறிவியல் கல்லூரி
திட்டமலை

பரிசல்

பூவா வேங்கை
(ஆய்வுக் கட்டுரைகள்)
இரா. சீனிவாசன்
© இரா. சீனிவாசன்
முதல்பதிப்பு: ஜூலை 2021

பக்கங்கள்: 120
வெளியீடு: பரிசல் புத்தக நிலையம்
235, P பிளாக், எம்.எம்.டி.ஏ. காலனி,
அரும்பாக்கம், சென்னை 600 106
parisalbooks@gmail.com
தொடர்புக்கு: 93828 53646

அட்டை, புத்தகம் வடிவமைப்பு: பா. ஜீவமணி
அச்சகம்: Combo Print, Chennai 600 086

விலை: ரூ 120

Poova Venkai
Essays
Author R Srinivasan
© R. Srinivasan

First Edition: July 2021
Language: Tamil
Pages: 120
by Parisal Puthaga Nilayam
235, P Block, MMDA Colony,
Arumbakkam, Chennai 600 106
Contact: 93828 53646 | parisalbooks@gmail.com

Wrapper, Book Layout: B Jeevamani
Printed by: Combo Print, Chennai 600 086

Price: Rs. 120

பேரா. இ. அண்ணாமலை
அவர்களுக்கு

உள்ளடக்கம்

- ☐ முன்னுரை:
  'தமிழ் இலக்கண மரபுகள்' என்ற
  ஆய்வைத் தொடர்ந்து... 5

1. இலக்கண நூல் உருவாக்கம் 11

2. இறையனார் களவியல்:
   இலக்கணத்தைச் சமயத்துடன் இணைத்தல் 33

3. இறையனார் களவியல் உரை ஆய்வுகள் 42

4. இலக்கண நூல்களில் எடுத்துக்காட்டுகள் 52

5. எழுத்து, சொல் -
   இலக்கியங்களில் நம்பிக்கையும் பயனும் 60

6. 'புலமை இலக்கணம்': புதிய நோக்கும்
   இலக்கண மரபின் விரிவாக்கமும் 75

7. மறைந்துபோன இசை, நாடக
   இலக்கண நூல்கள் வழியே ஒரு பயணம் 86

□ முன்னுரை

'தமிழ் இலக்கண மரபுகள்' என்ற ஆய்வைத் தொடர்ந்து...

ஓர் ஆசிரியர் அவ்வப்போது எழுதிய வெவ்வேறு பொருண்மைகள் கொண்ட கட்டுரைகளை ஒரு சூழலில் தொகுத்துப் புத்தகமாக வெளியிடுதல் இக்காலப் புத்தக வெளியீடுகளில் ஒரு வகை.

ஆசிரியர் ஒருவர் இயற்றிய எல்லாக் கட்டுரைகளையும் காலம், பொருள் முதலான அடிப்படைகளில் தொகுத்து வெளியிடுதல் அண்மைக் காலத்தில் புத்தக வெளியீட்டின் ஒரு பண்பாக உள்ளது. வாழ்ந்து மறைந்துபோன பல பேராசிரியர்களின் எல்லா எழுத்துகளும் தொகுக்கப்பட்டு வெளிவந்துள்ளன.

தெ.பொ. மீனாட்சிசுந்தரனார், வையாபுரிப்பிள்ளை, மயிலை சீனி. வேங்கடசாமி, வ.உ.சி., வ.அய். சுப்பிரமணியம், சாத்தான்குளம் ராகவன் முதலியவர்களின் கட்டுரைகளையும் அவர்கள் பதிப்பித்த நூல்களையும் அவர்களின் காலத்திலேயே தனி நூலாக வெளியிடப்பட்டவற்றையும் தொகுத்துப் பல பகுதிகளாக வெளியிடுதல் நடந்துவந்துள்ளது.

குறிப்பாக 1995ஆம் ஆண்டிற்குப் பின்னர் கணினி தொழில்நுட்பம் அச்சுத் தொழிலில் நன்கு பயன்பாட்டிற்கு வந்த பிறகே இது நடந்து வந்துள்ளதைக் கவனிக்க முடிகின்றது. அச்சுத் தொழில்நுட்பத்தில் இந்தக் காலத்தைக் கணினி யுகம் என்று அழைக்கலாம். அப்படி என்றால் வாசிப்புத் தேவையைவிட, உற்பத்தி செய்வோரின் வசதியும் முன்னெடுப்பும் தான் இவ்வாறான தொகுப்பு நூல்கள் வெளிவருவதில் முதன்மையாகப் பங்காற்றுகின்றனவா என்ற வினா எழலாம்.

இதைத் தொடர்ந்து வெறும் தொழில்நுட்பமே இதைச் சாத்தியமாக்குகிறதா என்றும் வினவலாம். இதற்குப் பெரும்பாலும் உடன்பாடான விடையையே அளிக்க வேண்டியுள்ளது. கணினித் தொழில்நுட்பம் வளர்ச்சி அடைவதற்கு முன்பு பாரதியார் ஒருவருக்கே இவ்வாறு ஒட்டு மொத்தப் படைப்புகளையும்

தொகுக்கும் முயற்சி நடைபெற்றது. அதற்குப் பின்னர் பலரது எழுத்துகள் தொகுக்கப்பட்டுள்ளன. அவர்களின் பட்டியலைத் தமிழ் இணையக் கல்விக்கழகத்தின் நூலகத் தளத்தில் நாட்டுடைமை ஆக்கப்பட்ட தமிழறிஞர்களின் நூல்கள் என்ற தனிப்பிரிவில் காணலாம்.

இவ்வாறான தொகுப்புகள் பெரும்பாலும் வாழ்ந்து மறைந்தவர்களின் எழுத்துகளுக்கே பெரிதும் நிகழ்ந்துள்ளன. மறைந்த பின்னர் ஒருவர் பற்றிய விழுமியங்கள் உயர்ந்துவிடுதல் நம் சமூகத்தில் இயல்பானதுதான். வாழ்ந்தபோது இருப்பதைவிட மறைந்துவிட்ட பின்னர் அவரது எழுத்துகளுக்கு நல்ல மதிப்பு ஏற்பட்டுவிடுகிறது. இதில் முதன்மையான காரணமாக அமைவது கால இடைவெளி. ஒருவர் வாழ்ந்த காலத்திலிருந்து அவர் மறைந்து பல ஆண்டுகள் கழித்த பின்னர் சமூகத்தில் பார்வையில் மாற்றம் ஏற்பட்டிருக்கும். இது ஆய்வுலகிலும் நடப்பதுதான்.

இந்த நிலையில் ஒருவரது எழுத்துகள் தொகுக்கப்பட்டு வெளிவருவது அவரைப் பற்றிய மீள்பார்வைக்கு ஏதுவாக இருக்கும். அதே வேளையில் சமூகத்தில் ஏற்பட்டுள்ள பார்வை மாற்றத்தையும் காட்டக் கூடியதாக அமையும். எனவே, ஒருவரைப் பற்றிப் புரிந்துகொள்வதற்குக் கால இடைவெளி அவசியம் ஆகிறது. கால இடைவெளி கடந்து எழுத்துகள் மீண்டும் வெளிவரும்போது அந்தப் புத்தகங்களுக்கு வரவேற்பும் இருக்கிறது. இன்னொரு கூறும் இங்கே செயல்படுகிறது. ஒரு அறிஞரின் எல்லா எழுத்துகளும் ஒருசேரக் கிடைக்கின்றன என்பதும் இத்தொகுப்புகளின் ஒரு சிறப்பு. அவ்வாறான தொகுப்புகளுக்குத் தேவை இருப்பதாலேயே அவை தொடர்ந்து வெளிவருகின்றன. இதைச் சமூகத் தேவை என்றே கொள்ள வேண்டும்.

ஒருவர் பிறந்து நூறு ஆண்டுகள் கழிந்த பின்னர் நூற்றாண்டு விழா கொண்டாடுகின்றனர். இந்தச் சூழலில் அவரது நூல்கள் நாட்டுடைமை ஆக்கப்படும் நிகழ்வும் நடைபெறுகிறது. நூற்றாண்டு விழா கொண்டாடப்படும்போது அவரைப் பற்றிய மீள்பார்வைகள் தோன்றுவதற்கான சூழல் உருவாகிறது. அந்த வகையில் ஒருவரின் ஒட்டுமொத்தக் கட்டுரைத் தொகுப்புகளுக்கு முதன்மையான இடம் உண்டு. இவை வெளிவரும்போது வெளியீட்டு விழாக்களிலும் இதழ்களிலும் மற்ற ஊடகங்களிலும் அவரது எழுத்துகள் பற்றிய மீள்பார்வை இடம்பெறுகிறது.

ஆய்வுலகில் ஈடுபடுவோருக்கு நடைபெறுவது போலவே படைப்பாளி களுக்கும் ஒட்டுமொத்த எழுத்துகளையும் தொகுத்து வெளியிடும் பணி நடைபெறுகிறது. படைப்பாளிகள் உயிரோடு இருக்கும்போதே பலரது மொத்தப் படைப்புகளும் ஏதேனும் ஒரு நிறுவனத்தால் வெளியிடப்படுகின்றன.

இது ஒரு படைப்பாளியைப் பற்றி மதிப்பீடு செய்வதற்குப் பெருமளவில் பயன்படுகிறது.

பலர் தாம் எழுதிய கட்டுரைகளை அவ்வப்போதே தொகுத்துப் புத்தகமாகக் கொண்டுவந்து விடுகின்றனர். தொடர்ந்து ஆய்வுப் பணியில் ஈடுபட்டுவரும் பேராசிரியர்கள் இவ்வாறு தமது எழுத்துகளை வெளியிட்டு வருவது மகிழ்ச்சிக்கு உரியதாகவும் மற்றவர்களுக்குத் தூண்டுகோலாகவும் உள்ளது என்பதைக் குறிப்பிட்டுச் சொல்ல வேண்டும்.

நான் இதுவரை எழுதிய கட்டுரைகளைத் தொகுத்துப் புத்தகமாக வெளியிட்டதில்லை. அதே நேரம் அப்படி ஒன்றும் எழுதிக் குவித்துவிடவில்லை என்பதையும் தெரிவித்துக்கொள்ள வேண்டியுள்ளது. கருத்தரங்குகளில் வாசிக்கப்பட்ட சில கட்டுரைகள் மட்டும் அதை ஏற்பாடு செய்தவர்களின் தொகுப்புகளில் இடம்பெற்றுள்ளன. அவற்றை வெளியிட்டவர்களுக்கு நன்றி தெரிவிக்க வேண்டும். எனினும், எழுதிய கட்டுரைகளைத் திரும்பப் படித்துப் பார்த்தபோது அவற்றை வெளியிடுவது ஏதோ ஒரு வகையில் பயனளிக்கும் என்று தோன்றியது.

பல கட்டுரைகளை எழுதும்போது நண்பர்களுடனும் மாணவர்களுடனும் கலந்துரையாடல் செய்வதுண்டு. பேரா. இரா. அழகரசன், பேரா. கே. பழனிவேலு, பேரா. மோ. செந்தில்குமார், முதலானவர்களும் த. குணாநிதி, மு. ஏழுமலை, சே. சீனிவாசன், க. வினாயகம், சே. சுந்தரமூர்த்தி முதலான மாணவ நண்பர்களும் இப்படியான கலந்துரையாடலில் ஈடுபட்டவர்கள். அவர்கள் அந்தக் கட்டுரைகள் வெளிவர வேண்டும் என்ற விருப்பத்தைத் தெரிவித்தனர். இது இந்தக் கட்டுரைத் தொகுப்பு வெளிவருவதற்கு இரண்டாம் காரணம்.

இலக்கிய வரலாறு பற்றிய ஆய்வு நூல் ஒன்றை எழுதத் தொடங்கினேன். திருப்திகரமான வேகத்தில் அந்தப்பணி நடைபெறவில்லை. சில நாட்கள் வேறு ஒரு பணியில் ஈடுபட்ட பின் மீண்டும் ஆய்வு நூலுக்கு வரலாம் என்ற எண்ணத்தில் பழைய கட்டுரைகளைத் தேடிப்பார்த்தேன். சில கட்டுரைகள் இப்போது வாசிக்கும்போதும் நன்றாக இருப்பதாகத் தோன்றியது. சில துறைகளில் வேறு கட்டுரைகள் இல்லாத நிலையையும் அறிய முடிந்தது. இது இந்தப் புத்தகம் வெளிவருதற்கு மூன்றாம் காரணம்.

கடந்த 2020ஆம் ஆண்டு மார்ச் மாதம் தொடங்கிய நுண்ணிப் பெருந்தொற்றுக் காரணமாக வழக்கமாக அனைவருக்கும் ஏற்பட்ட மன உளைச்சல் எனக்கும் ஏற்பட்டது. சில ஆண்டுகளாகவே கட்டுரைகளோ புத்தகங்களோ எதுவும் வெளிவரவில்லை. இதுவும் சோர்வு தட்டுவதாக இருந்தது. இந்தப் பெருந்தொற்று நெருக்கடியிலிருந்து விடுபடுவதற்கு

எழுத்துப் பணியில் ஈடுபட்டுக் கட்டுரை அல்லது நூல் எழுதுவதும் வெளியிடுவதுமே சரியான வழி என்று தோன்றியது. பெருந்தொற்றுக் காரணமாக ஏற்பட்ட மன உளைச்சல் எனக்கு மட்டுமே ஏற்பட்ட சிக்கல் அல்ல. ஒட்டுமொத்தச் சமூகத்திற்கும் ஏற்பட்ட நெருக்கடி. இதைக் கடப்பது அனைவருக்கும் பெரும் சவாலாகவே இருந்து வருகிறது. சவாலை நான் எதிர்கொண்ட விதம் இதுவே. பூவாவேங்கை என்ற இந்தப் புத்தகம் வெளிவருவதற்கு இதுவே முதல் காரணம்.

நீண்ட காலத்திற்கு முன்பு எழுதப்பட்ட கட்டுரைகள் என்றாலும் இப்போது வாசித்துத் திருத்தங்கள் செய்த பின்னரே வெளியிடப்படுகிறது. பல கட்டுரைகள் அளவில் பெரிதாகிவிட்டன.

பணி மூப்புக் காரணமாக 2020 ஜனவரியில் கல்லூரி முதல்வராக நியமிக்கப் பெற்றேன். முதல்வர் பொறுப்பேற்றுக் கொண்டபின், அந்தப் பணியில் ஈடுபடுவதன் காரணமாக எழுத்துப் பணிகள் நின்றுவிடக் கூடாது என்பதில் உறுதியாக இருக்கிறேன். எனவே, வழக்கமாகச் செய்யும் முயற்சியைவிட அதிக அளவில் முயற்சி செய்து புத்தகங்களை வெளியிடும் பணியில் ஈடுபட்டு வருகிறேன். தொடர்ந்து மற்ற புத்தகங்களையும் வெளியிட வேண்டும் என்று ஆவல் உள்ளது.

இடையில் நீரிழிவு நோய், இதயநோய் என்று வேறு பல சிக்கல்களும் தோன்றின. ஆனால், அவற்றையும் மீறி எழுத்துப் பணிகளில் ஈடுபட வேண்டியுள்ளது. உயிர் வாழ்வதைப் பொருள் உள்ளதாக்க வேண்டும் அல்லவா!

இந்தத் தொகுப்பில் உள்ள கட்டுரைகளில் இலக்கண நூல் உருவாக்கம் என்ற கட்டுரை பேரா. சு. இராசாராம் அவர்களின் இலக்கணவியல் தொடர்பான கருத்தரங்கில் வாசிக்கப்பட்டது. கட்டுரை தொடர்பாக விரிவான உரையாடல் நடைபெற்றது. ஒரு இலக்கண நூல் எதன் மாதிரியில் உருவாகிறது என்றும் அதன்பின் உள்ள கருதுகோள் பற்றியும் கூறும் கட்டுரை இது. இந்தத் திசையில் நீண்ட பயணத்தை மேற்கொள்ள வேண்டியதன் தேவையை உணர்த்தும் விதமாக இக்கட்டுரை அமைந்துள்ளது.

இறையனார் களவியல் பற்றிய இரண்டு கட்டுரைகள் இத்தொகுப்பில் உள்ளன. ஒரு கட்டுரை இறையனார் களவியல் பற்றி இதுவரை நடைபெற்ற ஆய்வுகள் பற்றியது. எந்தத் திசை நோக்கி இந்த ஆய்வுகள் சென்றன என்பது பற்றி இக்கட்டுரையில் கூறப்பட்டுள்ளது. பெரும்பாலும் சங்கம் பற்றிய கருத்தாக்கத்திற்காக அந்நூலின் முதல் இரண்டு நூற்பாக்களின் உரைகளை மையமிட்டே ஆய்வுகள் அமைந்துள்ளன. அதைக் கடந்து சமயச் சொல்லாடல்கள் எவ்வாறு இலக்கண உரையில் வலிந்து புகுத்தப்பட்டுள்ளன

என்று அடுத்த கட்டுரை உசாவுகிறது. உலகத்தமிழ் மாநாட்டில் வாசிக்கப்பட்ட இந்தக் கட்டுரை நீண்ட காலமாகச் சிந்தித்துவந்த ஒரு பொருள் பற்றியது. இதன் தொடர்ச்சியாக அமைவது என் மாணவி இரா. ஜானகியின் ஆய்வேடு. அதுவும் விரைவில் வெளிவரும் நிலையில் உள்ளது.

இலக்கண நூல் உரைகளில் காணப்படும் எடுத்துக்காட்டுகளைத் தந்துள்ளது யார்? என்ற வினாவை மையமிட்டு இலக்கண நூல்களில் எடுத்துக்காட்டு என்ற கட்டுரை அமைந்துள்ளது. இதன் தொடர்ச்சியாக உரை பற்றி இன்னொரு கட்டுரை எழுதப்பட்டுள்ளது. ஆனால், அந்தக் கட்டுரை இந்தத் தொகுப்பில் இடம்பெறவில்லை. மூலம், உரை, எடுத்துக்காட்டு மூன்றும் ஒரே ஆசிரியருடையதே என்பதே இந்த இரு கட்டுரைகளின் சாரம்.

எழுத்து, சொல் இலக்கணங்கள் தொல்காப்பியம் முதலான நூல்களில் விளக்கப்பட்டுள்ளன. அவற்றிலிருந்து வேறு நோக்கில் எழுத்து, சொல் ஆகியவற்றைப் பாட்டியல் நூல்கள் அணுகுகின்றன. இதற்கான தேவை என்ன? அக்காலத்தில் ஒருவரைப் பாடிப் பரிசில் பெறும் இலக்கியங்கள் உருவாகிவந்த சூழலில், பாட்டுடைத் தலைவனுக்கும் அவன்மேல் பாடப்படும் இலக்கியத்திற்கும் உள்ள தொடர்பு பற்றிப் பாட்டியல் நூல்களில் கூறப்பட்டுள்ள கருத்துகளின் அடிப்படைகளை ஆராய்வதே இந்தக் கட்டுரையின் நோக்கம். தமிழ் இலக்கண மரபுகள் என்ற என்னுடைய முனைவர் பட்ட ஆய்வேட்டிலிருந்து இந்த ஆய்வு தொடர்ந்து நடந்து வருகிறது.

தமிழ் இலக்கண ஆசிரியர்களின் கடைசிக் கொழுந்து என்று தண்டபாணி சுவாமிகளைக் கூறலாம். அவருடன் மரபிலக்கணம் நிறைவடைகிறது என்பதே உண்மை. இருபதாம் நூற்றாண்டு உரைநடைக்கான காலம். மொழி நூல், மொழியியல் ஆகியவை வளர்ந்து மொழி பற்றிய பார்வை வேறு அடிப்படைகளில் தோன்றிவிட்டது. எனவே, சூத்திரம், உரை, எடுத்துக்காட்டு என்ற வகையில் இயற்றப்பட்டுவந்த மரபிலக்கணம் பத்தொன்பதாம் நூற்றாண்டோடு நிறைவடைகிறது. தமிழ்க் கல்வியில் ஏற்பட்டுவந்த மாற்றமும் இதற்கு முதன்மையான காரணம். இவரது அறுவகை இலக்கணம், வண்ணத்தியல்பு ஆகியவை நீண்ட காலமாகத் தொடர்ந்து வந்த மரபிலக்கணத்தின் அண்மைக்கால அணுகுமுறைகளைக் காட்டுகின்றன. ஆறாம் இலக்கணத்திலும் ஏழாம் இலக்கணத்திலும் புதியனவற்றைக் காணும் நாட்டத்தைக் காண முடிகிறது. இவருடைய புலவர் புராணமே எனக்கு ஆர்வமுடைய நூல் என்றாலும் இலக்கணத்தில் இவருடைய பார்வை பற்றியதாக இலக்கண மரபின் விரிவாக்கம் என்ற கட்டுரை அமைகிறது.

பண்டைக் காலத்திலும் இடைக் காலத்திலும் தோன்றி இப்போது மறைந்துபோயுள்ள இசை, நாடக இலக்கண நூல்கள் பற்றிய கட்டுரையில், கிடைக்கும் சிறு பகுதிகளின் வழியாக அந்த நூல்களில் கூறப்பட்டிருந்த உள்ளடக்கத்தை மீட்டெடுக்க முடியுமா என்ற முயற்சி மேற்கொள்ளப்பட்டுள்ளது. முழுமையாக இல்லாவிட்டாலும் அவற்றின் அமைப்பு எவ்வாறு இருந்தது என்று சிந்திக்க முடிந்தது. இசை, நாடகத் துறைகளை அவை அணுகியவிதம்பற்றி அறிய வேண்டிய தேவை உள்ளது, இந்த முயற்சி கட்டுரையில் ஓரளவேனும் நிறைவேறியுள்ளது என்று தோன்றுகிறது. இந்தத் துறையில் இன்னும் நீண்ட தொலைவு பயணம் செய்ய வேண்டியுள்ளது. அதற்கான கால்கோளாக இந்தக் கட்டுரை அமைந்தால் அதுவே கட்டுரையின் பயன்.

பூவா வேங்கை என்ற இந்தப் புத்தக உருவாக்கத்தில் உதவிய நெஞ்சங்களுக்கு நன்றி தெரிவிப்பது கடமை. என்னுடைய நூல் ஆக்கங்களுக்கு எப்போதும் ஆதரவு அளித்துவரும் பேரா. வீ, அரசு அவர்களுக்கு நன்றி. நண்பர் பேரா. இரா. அழகரசன் அவர்கள் தெரிவித்த கருத்துகள் புத்தகம் செழுமை அடைய உதவின. அருடைய நட்புக்கும் இப்புத்தகத்திற்குக் காட்டிய ஆர்வத்துக்கும் நன்றி.

இந்தப் புத்தகத்தில் உள்ள முதலில் உள்ள இலக்கண நூல் உருவாக்கம் என்ற கட்டுரையின் சில கூறுகளைக் குறித்துக் கருத்தரங்கிலேயே பாராட்டிய பேரா. செ.வை. சண்முகம் அவர்கள், நண்பர்கள் முனைவர் கே. பழனிவேலு, முனைவர் மோ. செந்தில்குமார் ஆகியோருக்கு மிக்க நன்றி. இவர்களின் நுட்பமான கருத்துகள் இக்கட்டுரையின் செம்மையாக்கத்திற்குப் பெரிதும் பயன்பட்டன. இந்தக் கட்டுரையை வாசிப்பதற்கு வாய்ப்பளித்த பேரா. அறவேந்தன், முனைவர் பா. சங்கரேசுவரி ஆகியோருக்கு நன்றி.

புத்தகத்தில் உள்ள கட்டுரைகளை ஊன்றிப் படித்து மெய்ப்புப் பார்த்து உதவிய என் மாணவர்கள் முனைவர் த. குணாநிதி, சே. சுந்தரமூர்த்தி, க. வினாயகம், முனைவர் மு. ஏழுமலை ஆகியோருக்கு நன்றி. இவர்களின் உதவியாலேயே இந்த நூல் ரைவில் வெளிவருகிறது.

புத்தகத்தையும் அட்டையையும் அழகாக வடிவமைத்துக் கொடுத்த நண்பர் பா. ஜீவமணி அவர்களுக்கு மிக்க நன்றி. பரிசல் புத்தக வெளியிட்டு நிறுவனத்தின் வழியாகப் புத்தகத்தைச் சிறப்பாக வெளியிட்டுள்ள தோழர் சிவ. செந்தில்நாதன் அவர்களுக்கு நன்றி.

இரா. சீனிவாசன்

இலக்கண நூல் உருவாக்கம்

இந்தத் தலைப்பில் நூல் என்பதற்கே அழுத்தம் அளிக்கப்படுகிறது. 'இலக்கண நூல்' என்ற இந்தத் தொடரில் பொருள் அழுத்தம் பெறும் இடம் இரண்டாம் சொல்லாகிய நூல் என்பதிலேயே. எனவே, இதைப் பின்மொழி நிலையல் என்று கொள்ள வேண்டும். (தொல். சொல். எச்ச. 24)

இயற்றி முடிக்கப்பட்ட இலக்கண நூல்கள் மட்டுமே நம் கவனத்திற்கு வந்துள்ளன. அவற்றைப் புரிந்து கொண்டுள்ளதன் அடிப்படையில் ஆய்வாளர்கள் ஆராய்ந்து வந்துள்ளனர். அவற்றின் பகுப்பு, நிலைப்பாடு, அணுகுமுறை, வரிசைமுறை, சொல்லப்பட்டவை, விடுபட்டவை, சொல்லியிருக்கும் முறை, இலக்கியத்திற்கும் இலக்கணத்திற்கும் உள்ள தொடர்புகள் முதலியவற்றை மட்டுமே ஆராய்கிறோம். ஆனால், ஒரு இலக்கண நூல் உருவாக்கப்பட்ட முறை பற்றிய ஆய்வில் கவனம் செலுத்துவதில்லை.

தமிழ்ச் சூழலில் ஒரு இலக்கண நூல் எவ்வாறு உருவாகிறது; அல்லது உருவாக்கப்படுகிறது என்று பார்ப்பதே இந்தக் கட்டுரையின் முதன்மை நோக்கம்.

பொதுவாக, இலக்கண உருவாக்கம் என்ற நோக்கில் அணுகும்போது சமூகத்தின் நிலை, கல்வி, இலக்கியத்தின் தோற்றம், சமயத்தின் நிலை, பிற சமூகங்களோடு கொண்டுள்ள தொடர்பு, வணிகம், எழுத்தறிவின் பரவல், ஆவணங்களில் பதிவுசெய்ய வேண்டிய தேவை முதலியவற்றில் கவனம் செலுத்துவோம். இங்கே சொன்ன ஒவ்வொரு கூறும் இலக்கண உருவாக்கத்தில் முக்கியமான இடத்தைப் பெறுபவை.

ஒரு தனிப்பட்ட இலக்கண நூலின் தோற்றம் பற்றி வரலாற்று நிலையில் அணுகும்போது அதன், ஆசிரியர், காலம், நோக்கம், இடம், எதற்காக இயற்றப்படுகிறது, யாருக்காக இயற்றப்படுகிறது, நூலாசிரியரை ஆதரித்தவர் யார் முதலியனவற்றைப் பற்றி ஆராய்வது வழக்கம். இவை இலக்கண நூல்களில் பாயிரப் பகுதியிலும் சிறப்புப் பாயிரப் பகுதியிலும் விளக்கி உரைக்கப்பட்டுள்ளன. உரைகளிலும் இவற்றில் சிலவற்றைப் பற்றி உரையாசிரியர் கூறியிருப்பார். இந்தக் கட்டுரையில் இலக்கண நூல் உருவாக்கம் என்று இங்கு கூறப்படுவது இவற்றை அல்ல.

இலக்கண நூல் உருவாக்கப் படிநிலைகள் எவை என்றும் பார்க்க வேண்டியுள்ளது. எவ்விதமான படிநிலை வளர்ச்சி இலக்கண நூலுக்குள் உள்ளது என்பதையும் எண்ணிப் பார்க்க வேண்டும். இவ்வாறான ஆராய்ச்சி இலக்கண நூல் உருவாக்கம் பற்றி அறிய உதவும். இலக்கண வரலாற்றை அறிய உதவும் அதேவேளையில், இலக்கிய வரலாற்றுக்கும் - அதாவது இலக்கியங்களும் மொழியும் வெவ்வேறு விதமாக மாறிவந்த சூழலில் அவற்றுக்கும் - இலக்கணத்திற்கும் உள்ள தொடர்பு பற்றி அறிவதற்கும் இது பயன்படும்.

இலக்கண நூல்களின் கருதுகோள், அணுகுமுறை, நோக்கம், இலக்கணத்திற்கு மாதிரியாக இருந்த நூல் முதலானவை பற்றி இந்தக் கட்டுரையில் கவனம் செலுத்தப்படுகிறது.

1

இலக்கண நூல் உருவாக்கம் பற்றிச் சிந்திக்கும்போது அதற்கான தரவு எது என்பது பற்றி ஆராயவேண்டியது அவசியம் தான். அதேபோல், இலக்கண நூல் உருவாக்கப் படிநிலைகள் பற்றியும் சிந்திக்க வேண்டியுள்ளது.

எடுத்துக்காட்டுக்காக இன்றைய நிலையில் ஒரு அகராதியைத் தொகுக்கும்போது நடைபெறும் செயல்பாடுகளை எடுத்துக் கொள்ளலாம். விடுபாடு இல்லாமல் மொழியின் பயன்பாடு உள்ள பல வகையான ஊடகங்கள், பதிவுகள், ஆவணங்கள், பாடப்புத்தகங்கள், படைப்புகள், முறைசாரா எழுத்துகள்

என்று பல நிலைகளிலும் சொற்களைத் திரட்டிவைத்துக் கொள்கின்றனர். இது முதல் படிநிலை. பெயர், வினை, வினையடை, பெயரடை, துணைவினை என்று சொற்களை வகைப்படுத்திக் கொள்கின்றனர். இதற்கு அடுத்த நிலையில், பொருள் விளக்கம், பயன்பாடு முதலியவற்றைத் தருகின்றனர். தலைச் சொற்களை அட்டையில் எழுதுதல், அகர வரிசைப்படுத்துதல், சொல்வகையைத் தருதல், அடிச்சொல் தருதல், வினைத்திரிபுகளைத் தருதல் முதலியனவற்றை அடுத்த நிலையில் செய்கின்றனர். இறுதியாக அச்சிடுகின்றனர். அதாவது, ஓரிடத்தில் தரவுகளைப் பருப்பொருளாகத் திரட்டிவைத்துக் கொள்ளுதல், வகைப்பாடு, பொருள் முதலிய அகராதியின் அடிப்படைப் பணிகளைச் செய்தல், வல்லுநர்கள் அதை மேற்பார்வை செய்தல், அச்சிடுவது வரையிலான அகராதிப் பணிகளைப் படிப்படியாகச் செய்தல் என்ற வகையில் இது நடைபெறுகிறது. இடையில் பல நிலையில் திருத்தங்களும் சேர்க்கைகளும் நடைபெறுகின்றன.

இப்படியான ஒரு முறை இலக்கண நூல் உருவாக்கத்தில் இருந்ததா? கடைப்பிடிக்கப்பட்டதா? முதலான வினாக்கள் எழுகின்றன. இலக்கிய, இலக்கண, மருத்துவ, சோதிட, மந்திர நூல்கள் யாவும் பொதுவாக மனப்பாடம் வழியாகவே அறியப்பட்ட காலத்தில், எல்லா நூல்களிலும் வரும் சொல், தொடர், பா, பொருள் முதலானவற்றை எவ்வாறு அறிந்து இலக்கண நூலை உருவாக்கினர்? என்ற வினாவை எழுப்புவது மிகவும் அவசியமே. தமிழ்மொழி வழங்கும் நிலப்பரப்பு முழுவதும் தரவுகளை ஓரிடத்தில் தொகுத்தல் எந்த அளவுக்கு இயலக் கூடியது என்றும், இலக்கண நூலாக்கத்தின் படிநிலை வளர்ச்சி எவ்வாறு இருந்தது என்றும் பார்க்கவேண்டி இருக்கிறது.

இந்தப் பணி முழுவதும் ஒரே ஆசிரியரால் செய்யப்பட்டதா? அவருக்குப் பிறரின் நேரடி உதவி இருந்ததா? அவருடைய மாணவர்கள் இதில் எந்த விதத்திலாவது செயல்பட்டார்களா? மாணவர்கள் அல்லது பிறரது கருத்துகள் இலக்கண நூலில் இடம்பெற்றிருந்தனவா? முதலானவை பற்றி அறிவதும் அவசியம்.

ஏற்கெனவே இயற்றப்பட்ட இலக்கண நூல்கள், உரைகள், உரைச் சூத்திரங்கள் முதலியனவும் ஓர் இலக்கண நூலின் ஆக்கத்தில் எந்த அளவுக்குப் பயன்படுத்தப்பட்டுள்ளன? என்றும் ஆராய்வது அவசியம்.

இதன் தொடர்ச்சியாக மேலும் வினாக்களையும் எழுப்புதல் வேண்டும். முதன்முதலாக இலக்கண நூல் இயற்றியவர் தவிர, மற்றவர்களும் இவ்வாறு நூல்களையும் பொருளையும் எழுதிப் பகுத்து ஆய்வு செய்தனரா? அல்லது ஏற்கெனவே இயற்றப்பட்ட இலக்கண நூல்களில் உள்ள கருத்துகளை மட்டும் அறிந்து, அவற்றில் வேண்டியவற்றை ஏற்றும் வேண்டாதனவற்றை விடுத்தும் புதிதாகச் சேர்த்தும் தம்முடைய நூல்களை இயற்றினார்களா? என்பனவே அந்த வினாக்கள்.

இயற்றப்பட்ட இலக்கண நூல்கள் மட்டுமே இவர்களுக்கு வழிகாட்டியாக/ முன்னோடியாக இருந்தனவா? அல்லது நாட்டில் பல கல்வி மரபுகளில் வழங்கிவந்த கருத்துகளும் இவர்களுக்குத் தரவாக இருந்தனவா? என்றும் பார்க்க வேண்டியுள்ளது. ஏனெனில், ஒவ்வொரு கல்வி மரபும் ஒரு இலக்கண மரபாக, உரை மரபாக விளங்கிவந்த சூழலில், எல்லாக் கருத்துகளும் சூத்திரங்களாகவோ நூலாகவோ இயற்றி வைக்கப்பட்டிருந்தன என்று சொல்ல முடியாது. கல்விமரபுகளில் கருத்துகளாகவே பல இலக்கணக் கூறுகள் வழங்கிவந்துள்ளன என்பதை அறிய முடிகிறது.

மரபுவழிப்பட்ட தொழில்களும், அறிவும் எழுதிவைத்துக் கற்பிக்கப்படாமல் தலைமுறைதோறும் வழிவழியாகக் கையளிக்கப்பட்டு வந்தது நம் சூழல். எடுத்துக்காட்டாக, ஒரு தச்சருக்கு எந்த இடத்தில் எந்த மரத்தைப் பயன்படுத்த வேண்டும்? எந்தெந்த மரங்களைப் பயன்படுத்தவே கூடாது, வாயில், சன்னல், கதவு முதலானவற்றின் நீளம் அகலம், தடிமன் பற்றி எல்லாம் எந்த நூலிலும் எழுதிவைக்கப்படவில்லை. இவை பற்றிய அறிவு தலைமுறை தலைமுறையாகக் கையளிக்கப்பட்டு வருபவை. இவற்றுக்கு எழுத்து ஆவணங்கள் இருக்காது. ஆனால், அறிவு தொடர்ந்து கொண்டே வரும். இதை மரபுவழி அறிவுத் தொடர்ச்சி என்பார்கள்.

உழவுத்தொழில், கால்நடை வளர்ப்பு, பொன், வெள்ளி நகைகளை உருவாக்குதல், இருப்புப் பொருட்களைத் தயாரித்தல், வீடு, கோயில், மண்டபம் முதலானவற்றைக் கட்டுதல், தேர், வாகனங்கள் முதலானவற்றைச் செய்தல், ஐம்பொன் படிமங்களை வடித்தல், கற்சிலைகளைச் செதுக்குதல், நெசவுத்தொழில், ஆடை வெளுத்தல், பலவிதமான இசைக் கருவிகளை உருவாக்குதல் முதலான எல்லாவற்றிலும் மரபுவழியாகவே அறிவு கையளிக்கப்பட்டு வந்துள்ளதை நாம் அறிவோம்.

கல்வி மரபுகளிலும் கருத்துகள் இவ்வாறே வழக்காக வந்துள்ளன என்பதும் தெரிகிறது. இவ்வாறு எழுத்து வடிவம் பெறாத கருத்துகள் பல இலக்கண உலகிலும் வழங்கிவந்துள்ளன. எடுத்துக்காட்டாக, எழுவாய், பயனிலை, செயப்படுபொருள் ஆகிய சொற்றொடர் உறுப்புகளைச் சுட்டலாம். இவற்றை எந்த இலக்கண நூலும் முறைப்படி கூறவில்லை. எந்த வரிசையில் வரலாம், இவற்றின் இயைபு எவ்வாறு அமைய வேண்டும் முதலானவை சூத்திரங்களில் இயற்றப்படவில்லை. உரைகளிலும் இவற்றுக்கான விளக்கங்கள் காணப்படவில்லை. ஆனால், கல்வி மரபில் சொல்லப்பட்டு வந்துள்ளன.

இவ்வாறான பல மரபுகளை இணைத்து இலக்கண நூல்கள் இயற்றப்பட்டிருக்கலாம் என்று தோன்றுகிறது. உரையாசிரியர்கள் பல இடங்களிலும் மேற்கோள் தராமல் குறிப்பிடும் கருத்துகள் பலவும் கல்வி மரபுகளில் வழங்கிவந்த கருத்துகளாகத் தெரிகின்றன. அவற்றை எல்லாம் உரையாசிரியர்கள் அறிந்து தக்கனவற்றை ஏற்றும் சிலவற்றை விடுத்தும் உரைகளில் எழுதியுள்ளனர். இவ்வாறே நூலாசிரியர்களும் கல்வி மரபுகளில் வழங்கிவந்த கருத்துகளை அறிந்து தமது நூல்களில் பயன்படுத்தி வந்திருக்க வேண்டும்.

இலக்கிய, இலக்கண ஆய்வுகளில் எழுத்துவடிவில் இயற்றப்பட்டு இன்று அச்சில் கிடைக்கும் இலக்கண, இலக்கியங்களையும் உரைகளையும் மட்டும் கருத்தில்கொண்டு நாம் ஆய்வுசெய்து வந்திருக்கிறோம். வழக்கு என்று இலக்கண நூல்களிலும் உரைகளிலும் சொல்லப்படுவனவற்றை உலக வழக்கு அதாவது இலக்கிய வழக்கு அல்லாதவை என்று மட்டும் அணுகியிருக்கிறோம். அதையும் கடந்து கல்வி

மரபுகளுக்கிடையே வழங்கிவந்த கருத்துகளும் வழக்கு என்று சுட்டப்பட்டிருக்க வேண்டும் என்பதையும் கருத்தில் கொள்ள வேண்டியுள்ளது. இந்த நோக்கில் அணுகும்போது நமக்குப் பல புதிய வெளிச்சங்கள் கிடைக்கின்றன.

இந்தப் பொருள்பற்றி மேலும் விரிவாகச் சிந்திக்க வேண்டியுள்ளது. இலக்கண நூல்களுக்குத் தரவாக வழக்கும் செய்யுளும் இருந்தன என்று தொல்காப்பியத்தில் ஒன்றுக்கும் மேற்பட்ட இடங்களில் கூறப்பட்டுள்ளது. இவை இலக்கண நூல்களுக்குத் தரவு மட்டுமே. உரைகளில் எடுத்துக்காட்டு, பதப்பொருள், பொழிப்புத் திரட்டல், அகலம் கூறல் முதலியவை போல மேற்கோள் என்பதும் முதன்மையாகக் கூறப்படுகின்றது. 'இந்த நூலாசிரியரின் கருத்து இது; மற்ற நூலாசிரியர்களின் கருத்துகள் இவை' என்று மற்ற இலக்கண ஆசிரியர்களின் கருத்துகள் உரைகளில் காட்டப்படுகின்றன. உரையாசிரியர்கள் அவற்றை ஏற்கின்றனரோ இல்லையோ ஆனால், மேற்கோள் தருகிறார்கள். தொல்காப்பிய உரையாசிரியர்களும் யாப்பருங்கல விருத்தியுரை ஆசிரியரும், வீரசோழிய உரையாசிரியரான பெருந்தேவனாரும் இவ்வாறு பிற இலக்கண ஆசிரியர்களின் கருத்துகளை எடுத்துரைத்திருக்கிறார்கள். இவற்றில் சில சூத்திரங்களாகவும் சில கருத்துகளாகவும் உள்ளன.

ஆசிரியர் பெயரையோ நூற்பெயரையோ குறிப்பிடாமல் 'என்றார் பிறரும்', 'வல்லார்வாய்க் கேட்டறிக', 'கூறுவாரும் உளர்' என்ற வாய்பாடுகளில் கூறப்படும் கருத்துகள் இலக்கண நூல்களிலோ உரைகளிலோ இருப்பவை மட்டும் அல்ல; தமிழ்நாட்டில் நிலவிய கல்வி மரபுகளில் வழக்கில் இருந்த கருத்துகளும் இவற்றில் அடக்கம். எனவே, இலக்கண நூல்கள் முந்து இலக்கண நூல்களுக்கும் உரைகளுக்கும் கடன்பட்டதுபோல் கல்வி மரபுகளுக்கும் கடன்பட்டவை.

2 முந்து நூல்

இலக்கண நூலின் பொருளில் அதன் ஆசிரியரின் பங்கு எவ்வளவு? ஏற்கெனவே இயற்றப்பட்ட நூல்களில் உள்ள கருத்துகளின் பங்கு எவ்வளவு? என்றும் பார்க்க வேண்டியுள்ளது.

முதல் நூல் என்று தொல்காப்பியம் உள்ளிட்ட எந்த இலக்கண நூலையும் கூறுவது இல்லை. எல்லா இலக்கண நூல்களும் வழி நூல்களே எனும்போது, எந்த ஒரு இலக்கண நூலிலும் முந்து நூல்களின் கருத்துகள் இடம்பெறுவது தவிர்க்க முடியாதது.

முன்னோர் நூல்களில் உள்ள கருத்துகளையும் சொற்களையும் பொருளையும், தொடர்களையும் சூத்திரங்களையும் எடுத்துப் பயன்படுத்துவது வழக்கமானதே என்று இலக்கண நூல்களில் கூறப்பட்டுள்ளது. முந்து நூல்கள் பற்றி இலக்கண நூல்களில் உள்ள கருத்துகள் கீழே தொகுத்துக் கொடுக்கப்பட்டுள்ளன.

முன்னோர் நூலின் முடிபு ஒருங்கு ஒத்துப்
பின்னோன் வேண்டும் விகற்பம் கூறி
அழியா மரபினது வழிநூல் ஆகும் (நன். பாயிரம் 7)

இருவர் நூற்கும் ஒருசிறை தொடங்கித்
திரிபு வேறு உடையது புடைநூல் ஆகும் (நன். பாயிரம் 8)

இந்த நூற்பாக்களில் முந்து நூல்களின் முக்கியத்துவம் கூறப்பட்டுள்ளது.

முன்னோர் மொழிபொருளே அன்றி அவர்மொழியும்
பொன்னேபோல் போற்றுவம் என்பதற்கும்-முன்னோரின்
வேறுநூல் செய்தும் எனும் மேற்கோள் இல் என்பதற்கும்
கூறுபழம் சூத்திரத்தின் கோள் (நன். பாயிரம் 9)

என்ற வெண்பாவில் முன்னோர் நூலிலிருந்து மாறி வேறு நூல் இயற்றுவது இல்லை என்றும் முன்னோர் நூலிலுள்ள கருத்துகளையும் தொடர்களையும், சூத்திரங்களையும் எடுத்து ஆளுதல் ஏற்புடையதே என்றும் கூறப்பட்டுள்ளது.

“எழு வகை மதமே (1)உடன்படல் (2)மறுத்தல்
(3)பிறர்தம் மதமேற் கொண்டு களைவே
(4)தாஅன் நாட்டித் தனாது நிறுப்பே
(5)இருவர் மாறுகோள் ஒருதலை துணிவே
(6)பிறர்நூல் குற்றம் காட்டல் ஏனைப்
(7)பிறிதொடு படாஅன் தன்மதம் கொளலே” (நன். பாயிரம் 11)

இந்த நூற்பாவில் நூல் இயற்றுவதில் உள்ள ஏழு வழிகள் கூறப்பட்டுள்ளன. ஏழாவதாகக் கூறப்பட்டுள்ள 'தன்மதம் மேற்கொளல்' என்ற ஒன்றே நூலாசிரியரின் சொந்தக் கருத்து மட்டுமே இடம்பெறும் வகையாக உள்ளது. மற்றவை எல்லாம் பிற நூல்களுடன் தொடர்புள்ளவை.

ஒருவர் புதிதாக ஒரு நூலை இயற்றப் புகும்போது மற்ற நூல்கள் பற்றி ஏன் கவனம் கொள்ள வேண்டும்? ஏற்கெனவே இயற்றப்பட்ட நூலே புதிதாக நூல் இயற்றுபவருக்கு முதல் நூலாக உள்ளது. அதை ஒட்டியா வெட்டியா நூல் இயற்றுவது என்று முடிவுசெய்யும் பணியைப் புதிதாக நூல் இயற்றும் ஆசிரியர் செய்யவேண்டியுள்ளது. இதைத் தவிர்த்து இதுவரை இல்லாத ஒன்றைப் புதிதாகச் சொல்லிவிட முடியாது.

ஒரு ஆசிரியர் புதிதாகச் சொல்லும் கருத்துக்கும் குறை கூறுகிறார்கள். நன்னூலில் இடம்பெற்றுள்ள பதவியல் வேறு ஆசிரியர்கள் கூறாத இலக்கணப் பகுதியாகும். பேராசிரியர் தொல்காப்பிய உரையில் அதை மறுத்து உரைக்கிறார். தொல்காப்பியத்தில் நூல் குற்றங்களைக் கூறும், 'சிதைவெனப்படுபவை' (மரபியல் 108) என்னும் சூத்திர உரையில், 'தன்னான் ஒரு பொருள் கருதிக் கூறல்' என்பதற்கு, 'பதமுடிப் பென்பதோர் இலக்கணம் படைத்துக் கோடலும் போல்வன' (363) என்று பேராசிரியர் விளக்கம் தருகிறார்.

அதாவது இதுவரை தோன்றிய நூல்களில் இல்லாமல் ஒரு ஆசிரியர் புதிதாகப் படைத்துக் கொள்வதும் நூற் குற்றங்களில் ஒன்றே என்கிறார்.

3 இலக்கணம் அறிந்தவர்களுக்குக் கூறப்படுதல்

சுருக்கமாகவும் ஏற்கெனவே தெரிந்தனவற்றைக் கூறுவனவாகவுமே இலக்கண நூல்கள் உள்ளன. சுருக்கமாக ஒரு சொற்றொடரில் அரும்பொருளைக் கூறுதல் தத்துவ நூல்களின் வெளிப்பாட்டு முறை. இதைப்பற்றி இந்தக் கட்டுரையில் பின்னர் கூறப்படும்.

இலக்கண நூல்கள் முழுமையாகத் தம்மளவில் பொருள் முற்றுப்பெறுபவை அல்ல. வேறு ஒருவரை அவாவி

நிற்பனவாகவே உள்ளன. அவர் உரையாசிரியராகவோ, போதக ஆசிரியராகவோ இருக்கிறார். அப்படி ஒருவர் இல்லை எனில் ஒருவரால் ஒரு இலக்கண நூலைத் தாமாகவே வாசித்து அறிந்துகொள்ள முடியாது. இலக்கண நூலை இயற்றும்போது இதை மனத்தில்கொண்டே நூல்களைச் சுருக்கமாகவும் முன்பின் தொடர்ச்சி இன்றியும் இயற்றுகின்றனர்.

ஏற்கெனவே இலக்கணம் அறிந்தவர்களுக்குக் கூறப்படுவது போலவே இலக்கண நூல்கள் இயற்றப்பட்டுள்ளன என்பதை இங்கே விளக்க வேண்டியுள்ளது. இதைப் பலவகைகளிலும் விளக்கலாம். பெயர்களைக் கூடச் சுட்டாமை, காரணம் தராமை, தொடர்ச்சி காட்டாமை முதலாகப் பல உள்ளன.

ஓர் இலக்கண நூலில் சொல்லப்படும் வகைகளின் பெயர்களைச் சுட்டுவது அவசியமானது ஏனென்றால், இலக்கணத்தில் பெயரைச் சுட்டி அதற்கான விளக்கத்தைக் கூறுவதே முறை. மேலும் நன்னூலில் இலக்கணம் சொல்லப்படும்போது எந்த வரிசையில் சொல்லப்பட வேண்டும் என்று கூறப்பட்டுள்ளது.

எண் பெயர் முறை பிறப்பு உருவம் மாத்திரை
முதல் ஈறு இடைநிலை போலி என்றா
பதம் புணர்ப்பு என பன்னிரு பாற்று அதுவே (நன். எழுத். 2)

இதில் முதலிலேயே பெயர்கள் சொல்லப்பட வேண்டும் என்று கூறப்பட்டுள்ளதைக் காணலாம். ஆனால், பெயர்தானும் தெரியாமல் இலக்கணத்தை அறிய முடியாது. தொல்காப்பியத்தில் சில இடங்களில் பெயரைக்கூடக் குறிப்பிடாமல் இலக்கணம் கூறப்பட்டுள்ளது.

(1) எழுத்தெனப் படுப அகர முதல்
னகர இறுவாய் முப்பஃதென்ப (நூன்மரபு 1)

(2) உயர்திணை என்மனார் மக்கட் சுட்டே
அஃறிணை என்மனார் அவரல பிறவே (கிளவியாக்கம் 1)

இவற்றுள் எழுத்து, திணை முதலியவை என்ன என்பது கூறப்படவில்லை. கற்போர் அவற்றை ஏற்கெனவே அறிந்திருப்பார்கள் என்பது இதற்குப்பின் உள்ள கருதுகோள். எழுத்து என்பதற்கு நச்சினார்க்கினியர் தரும் விளக்கமும் (64-65)

இலக்கணக்கொத்து நூலின் உரையில் தரப்பட்டுள்ள விளக்கமும் நல்ல எடுத்துக்காட்டாக விளங்குகிறது (இலக்கணக்கொத்து 242-43). ஆனால் அப்படிப்பட்ட விளக்கம் தொல்காப்பியத்தில் ஏன் தரப்படவில்லை என்று சிந்திக்க வேண்டியுள்ளது.

இதற்குத் தொல்காப்பியத்திலிருந்து வேறு பல சான்றுகளையும் காட்டலாம்.

(3) ஒன்றே வேறே என்றிரு பால்வயின் (களவியல் 2)

இதில் ஒரு பால் எது? வேறு பால் எது? என்று கூறப்படவில்லை. இலக்கணக் கூறுகள் இலக்கணம் கற்க வருபவர்களுக்குத் தெரிந்திருக்கும் என்று இலக்கண நூலாசிரியர் கருதினாலும், இந்த நூற்பாவில் குறிப்பிடப்படும் ஊழ்பற்றி அவர்கள் அறிந்திருக்க வேண்டும் என்று எப்படிக் கருத முடியும்?

(4) ஒத்தாழிசைக் கலிப்பாவின் இலக்கணத்தைக் கூறும் இடத்தில்,
அவற்றுள், ஒத்தாழிசைக்கலி இருவகைத்து ஆகும் (செய். 127)

இடைநிலைப்பாட்டே தரவு போக்கு அடையென
நடைநவின்று ஒழுகும் ஒன்றென மொழிப (செய். 128)

ஏனை ஒன்றே

தேவர் பராவிய முன்னிலைக் கண்ணே (செய். 133)

இதில் முதல்வகை ஒத்தாழிசைக் கலிப்பாவின் பெயரும் இரண்டாம் வகை ஒத்தாழிசைக் கலிப்பாவின் பெயரும் தரப்படவில்லை. பெயர் கூடக் குறிப்பிடாமல் ஒன்று, ஏனை ஒன்று என்று கூறப்பட்டுள்ளன.

(5) அகவல் என்பது ஆசிரி யம்மே (செய். 81)

அஃதன் றெனப வெண்பா யாப்பே (செய். 82)

அகவல் ஓசை அல்லாதது வெண்பா யாப்பு (ஓசை) என்று சொல்லப்பட்டுள்ளது. வெண்பா ஓசைக்குப் பெயர்கூடத் தரப்படவில்லை.

இத்தனைக்கும் இவற்றுக்கு ஏற்கெனவே பெயர்கள் (கலைச்சொற்கள்) உள்ளன. ஆனாலும், மேலே காட்டிய இடங்களில் தொல்காப்பியச் சூத்திரங்களில் இந்தப் பெயர்கள் தரப்படவில்லை. இரண்டு வகைகளைச் சுட்டக்கூடிய இடங்களிலும் இரண்டின் பெயரும் தரப்படவில்லை என்பது மேலே காட்டப்பட்டது. இது ஒரு தனிப்பட்ட ஒரு ஆசிரியரது படைப்புக் கோட்பாடு என்று கூறிவிட முடியாது.

இதனால் ஏற்பட்ட சிக்கல்கள் பல. ஒரு நூலில் வெவ்வேறு இடங்களில் ஒரே கலைச்சொல் பயன்படுத்தப்படும்பொழுது அவற்றின் பொருளை அறிவதில் சிரமம் உள்ளது. திணை என்ற சொல் சொல்லதிகாரத்தில் ஒரு பொருளிலும் பொருளதிகாரத்தில் வேறு ஒரு பொருளிலும் வருகிறது. அவ்வாறே பால், மயக்கம் முதலான சொற்களும் அதிகாரத்திற்கேற்ப வெவ்வேறு பொருள்களில் வருகின்றன.

பண்ணத்தி என்று தொல்காப்பியத்தில் கூறப்படுவது என்ன என்று தெரியவில்லை. உரையாசிரியர்கள் ஆளுக்கொரு விதமாகக் கருத்துரைக்கின்றனர். வனப்பு என்று தொல்காப்பியத்தில் கூறப்படும் கருத்துகளும் விளங்கிக்கொள்ள முடியாமல் உள்ளன.

எனவே, இலக்கண ஆசிரியர்களின் கருதுகோள் 'ஏற்கெனவே இலக்கணம் அறிந்தவர்களுக்கே இந்த இலக்கண நூல்' என்பதாக உள்ளதை அறியமுடிகிறது.

இதிலிருந்து வேறு வினாக்களுக்கும் தொடர்ந்து செல்ல வேண்டியுள்ளது. அதாவது, ஏற்கெனவே இலக்கணம் அறிந்தவர்களுக்கு மீண்டும் எதற்காகப் புதிய இலக்கண நூல் இயற்றப்பட வேண்டும்? அதாவது, மற்ற இலக்கண ஆசிரியர்களிலிருந்து தன்னுடைய அல்லது தம் மரபின் இலக்கணக் கோட்பாடு எது என்று கூறுவதுதான் ஓர் இலக்கண நூல் இயற்றப்படுவதன் நோக்கமா? என்ற கோணத்திலும் சிந்திக்க வேண்டியுள்ளது.

4 முழுமையாகக் கூறாமை

இலக்கண நூல்கள் எல்லாவற்றையும் முழுமையாகக் கூறுவதில்லை. முக்கியமானதாக உள்ளவற்றை மட்டும் கூறிவிட்டு மற்றவற்றை விட்டுவிடுகின்றன.

இதை அறிவதற்கு இலக்கணக்கொத்தில் உள்ள ஒரு பகுதி பயன்படும்.

முற்கா லத்துப் போத காசிரியர்
மொழிகுவர் மறையார் அருமையாம் விதிகளை
வழிவழி நின்று வழங்கற் பொருட்டே (11)

இந்த நூற்பாவுக்கு, "பண்டைக்காலப் போதகாசிரியர் அரிய விதிகளும் வழக்கிறவாது நிலவல் வேண்டும் என்ற உயர்ந்த நோக்கத்தோடு பாடஞ் சொல்லினர். இக்காலத்துப் போதகாசிரியர்களோ பாடம் சொல்லும் தேவை ஏற்படும்போதும் மனம் பொருந்திப் பாடம் சொல்லார்." (119) என்று உரையில் விளக்கம் தரப்பட்டுள்ளது. விதிகள் இலக்கண நூலில் சொல்லப்படுவதைவிட பாடம்சொல்லும் போதகாசிரியராலேயே விளக்கிச் சொல்லப்படுகின்றன என்பதை இதன்வழியே அறியலாம். எனவே, இலக்கண நூல்கள் எல்லாவற்றையும் முழுமையாகச் சொல்வதில்லை என்றும் அவற்றை மற்றவர்கள் விரித்துச் சொன்னால் மட்டுமே விளங்கும் என்றும் அறியலாம்.

பல இடங்களில் ஐயம் எழும்போது மட்டும் அதைத் தெளிவுபடுத்துவனவாக இலக்கண நூல்கள் உள்ளன. எழுவாய், பயனிலை, செயப்படுபொருள் முதலிய தொடரியல் அடிப்படைகளை இலக்கண நூல்கள் கூறுவதில்லை. வண்ணச் சினைச்சொல்லாக வரும் தொடரில் சொற்கள் அமையும் வரிசைமுறை தரப்பட்டுள்ளதே தவிர வண்ணச் சினைச்சொல் பற்றிய விளக்கம் இல்லை. இயற்கைப் பொருளையும் செயற்கைப் பொருளையும் கிளக்கும் முறைகளும் இவ்வாறே கூறப்பட்டுள்ளன.

செப்பு வினா பற்றித் தொல்காப்பியத்தில் கூறப்பட்டுள்ளவையும் இவ்வகையே. வழூ வழூவமைதி ஆகியவை என்ன? என்ற அடிப்படை விளக்கம் இல்லை. ஆனால், செப்பு வினா எவ்வாறு வரவேண்டும் என்று சுட்டப்படுகிறது. ஆனால், இது

எந்த இடத்தில் என்பதும் தெளிவுபடுத்தப்படவில்லை, அதாவது இலக்கியத்திலா, உரையாடலிலா? வணிகத்திலா? தருக்கத்திலா? என்பது பற்றியும் கூறப்படவில்லை. நூற்பாக்கள் பின்வருமாறு:

செப்பும் வினாவும் வழாஅல் ஓம்பல்
வினாவும் செப்பே வினா எதிர்வரினே.
செப்பே வழீஇயினும் வரைநிலை இன்றே
அப்பொருள் புணர்ந்த கிளவியான (கிளவியாக்கம் 13-15)

எப்பொருள் ஆயினும் அல்லது இல் எனின்
அப்பொருள் அல்லாப் பிறிது பொருள் கூறல்
அப்பொருள் கூறின் சுட்டிக் கூறல் (கிளவியாக்கம் 35-36)

5 பல கருத்துகளில் ஒன்றைத் தேர்வுசெய்தல்

வேற்றுமையின் எண்ணிக்கை பற்றி வேறுபட்ட கருத்துகள் இலக்கண நூலாரிடையே நிலவின. வேற்றுமை ஆறு என்றும், ஏழ் என்றும், எட்டு என்றும் கூறப்படும் மூன்று கருத்துகளில் ஒன்றைத் தேர்வுசெய்து கொள்கின்றனர். தொல்காப்பியம் ஏழு வேற்றுமைகளைச் சொல்லிப் பின் எட்டு என்கிறது.

வேற்றுமை தாமே ஏழென மொழிப
விளிகொள்வதன்கண் விளியொடு எட்டே (வேற்றுமையியல் 1-2)

என்று தொல்காப்பியம் கூறுகிறது. இதற்குக் காரணமோ விளக்கமோ கூறப்படுவதில்லை. ஏன் எட்டு வேற்றுமை கொள்ளப்படுகிறது? எட்டு வேற்றுமை கொள்வது யாருடைய மரபு? இவ்வாறு கொள்வதற்கு மரபுதான் காரணமா? அல்லது தமிழ்மொழி அமைப்புக்கு எட்டு வேற்றுமைகள் தேவைப்படுவதால் கொள்ளப்பட்டதா என்பது பற்றி எந்த விளக்கமும் இல்லை. தமிழில் முதல், எட்டாம் வேற்றுமைகள் தேவைப்படவில்லை என்று இன்றைய ஆய்வாளர்கள் கூறுகின்றனர்.

“எழுவாய் வேற்றுமை பெயர் தோன்று நிலையே ஆதலின் அதனை விடுத்துப் பெயர்ப்பொருளை வேறுபடுத்தும் ஏனைய ஏழுமே வேற்றுமை என்பர். எழுவாயும் விளியும் பெயரும் பெயரது விகாரமும் ஆதலின் அவற்றை விடுத்து

ஏனை ஆறுமே வேற்றுமை என்பர். ஏழ், ஆறு என்ற கருத்து தமிழ் நூலாரிடை நிலவுவது போல வியாழன் மரபைச் சேர்ந்தவர் ஏழ் என்றும் இந்திரன் மரபைச் சேர்ந்தவர் எட்டு என்றும் கூறும் மரபு வடமொழியினும் உண்டு.'' *(இலக்கணக் கொத்து: 123)*

மேலே கூறியவாறு இலக்கணக் கொத்து நூலின் உரையில் சுவாமிநாத தேசிகர் வேற்றுமைகளை ஏழு என்றும், எட்டு என்றும் கொள்ளும் மரபுகளைச் சுட்டிக் கூறியுள்ளதைக் கொண்டு பார்க்கும்போது, தொல்காப்பியத்தில் தாம் ஏற்றுக்கொண்ட மரபு காரணமாகவே எட்டு வேற்றுமைகள் கொள்ளப்பட்டிருக்கலாம் என்ற முடிவுக்கு வரமுடிகிறது. ஆனால், இங்கே சிக்கல் அதுவல்ல. வேற்றுமை ஏழு என்று கூறி, பின்னர் எட்டு வேற்றுமைகளைக் கொண்டதற்குக் காரணம் சொல்லப்படவில்லை. ஏற்கெனவே உள்ள இரண்டு கருத்துகளில் ஒன்று ஏற்றுக்கொள்ளப்பட்டுள்ளது. அதைப்பற்றிய எந்த விளக்கமும் காணப்படவில்லை.

இலக்கண நூல்கள் தாமே முதன்முதலாக எல்லா இலக்கணங்களையும் கூறுவன அல்ல. கல்வி மரபுகளிலும் நூல்களிலும் சொல்லப்பட்டுள்ள கருத்துகளில் சிலவற்றை ஏற்றும் சிலவற்றை மறுத்தும் சிலவற்றை விட்டும், சிலவற்றைச் சேர்த்தும் கூறும் நிலையே இலக்கண நூல்களில் காணப்படுகின்றன. இவை எல்லாவற்றிற்கும் இலக்கண நூல்களில் சான்றுகள் உள்ளன.

புறத்திணைகள் ஏழு என்றும் பன்னிரண்டு என்றும் கூறப்படும் நூல்களை அறிவோம். தொல்காப்பியம் அகத்திணைகள் ஏழு என்றும் புறத்திணைகள் ஏழு என்றும் இரண்டிற்கும் இணையும் கூறுகிறது. அவிநயம் அகத்திணை, புறத்திணை, அகப்புறத்திணை என மூன்றாகப் பகுக்கிறது *(யாப்பருங்கல விருத்தியுரை: 573)*. பன்னிருபடலம் புறப்பொருளைப் பன்னிரு திணையாகப் பகுக்கின்றது. *(யாப்பருங்கல விருத்தியுரை: 571)* அவற்றையும் அகம், அகப்புறம், புறம், புறப்புறம் என்று நான்காக வகுக்கின்றது. புறப்பொருள் வெண்பாமாலை மேற்கண்ட மூன்றில் ஒன்றை (பன்னிருபடலம்) ஏற்றுக்கொள்கிறது. ஆனாலும், அந்த நூலில் அதற்குக் காரணம் கூறப்படவில்லை.

யாப்பிலக்கணத்திலும் பல வகை மரபுகள் காணப்படுகின்றன. தொல்காப்பிய மரபு, காக்கைபாடினிய மரபு ஆகிய இரு பெரும் மரபுகளுடன், அவிநயம், பரிமாணம், பல்காயம், நற்றத்தம், சங்கயாப்பு, மயேச்சுரம் முதலான வேறு மரபுகளும் உள்ளன. பிற்கால யாப்பிலக்கண நூல்களுக்குப் பாதை அமைத்துக் கொடுத்த யாப்பருங்கலம் இவற்றில் காக்கைபாடினியார் மரபைப் பின்பற்றி இலக்கணம் கூறுகிறது, உறுப்புகள், பா, பாவினம் ஆகியவற்றை வரையறுத்துக் கொண்டதற்கு இந்த நூலில் காரணம் எதுவும் கூறப்படவில்லை. எடுத்துக்காட்டாகச் சீர் பற்றி யாப்பருங்கல விருத்தியுரையில் கூறப்பட்டுள்ளதைக் காட்டலாம்.

> "நேரசையும் நிரையசையும் நேர்பு அசையும் நிரைபு அசையும் என நான்கு அசையும் வேண்டினர் தொல்காப்பியர் முதலிய ஒருசார் ஆசிரியர்; நேர்பு அசை நிரைபு அசை வேண்டாது நேரசை நிரையசை வேண்டி, நாலசைப் பொதுச்சீர் வேண்டினார் காக்கைபாடினியார் முதலிய ஒருசார் ஆசிரியர்; நேர், நிரை, நேர்பு, நிரைபு என்னும் நாலசையும் நாலசைப் பொதுச்சீரும் வேண்டினார் பல்காயனார் முதலிய ஒருசார் ஆசிரியர்; ... இந்நூலுடையார் நேர்பு அசையும் நிரைபு அசையும் வேண்டாது நாலசைப் பொதுச் சீரும் வேண்டாமே நடப்பதோர் உபாயம் கண்டாரேனும் ... காக்கைபாடினியார் முதலிய தொல்லாசிரியர் தம் மதம் பற்றி ஈண்டு நாலசைச்சீர் எடுத்தோதினார்" *(யாப்பருங்கல விருத்தியுரை: 58).*

என்று கூறப்பட்டுள்ளதை நோக்கும்போது, பல்வேறு இலக்கண மரபுகளில் ஏற்கெனவே கூறப்பட்டுவரும் சில கருத்துகளில் ஒன்றை ஏற்றுக்கொள்ளுதல் என்ற முறையிலேயே இலக்கண நூல்கள் செல்கின்றன என்பது தெளிவாகிறது. இதை இன்னும் விரிவாகக் கூறுவதற்கும் இடம் உண்டு.

6 சில சொற்களுக்கு மட்டும் விளக்கம் கூறுதல்

எத்தனையோ பொருள்கள் இருக்க தேங்காய்க்கு மட்டும் ஏன் சிறப்பு விதி கூறப்படுகிறது. (நன் 187) பல புதிய வழக்குகள் இருந்தாலும் அவற்றுக்கெல்லாம் இலக்கணம் கூறப்படுவதில்லை. இலக்கண நூற்பாக்கள் கல்வி மரபிலோ

கற்றலிலோ ஐயங்கள் ஏற்படும் நிலையில் அவற்றை மட்டும் போக்குவதாக உள்ளன. 'நண்டுக்கு மூக்கு உண்டோ?' (தொல். மரபியல் 31) என்னும் ஐயம் தோன்றிக் கேட்கப்படும் வரை அதற்கு விளக்கம் இல்லை.

மரபு என்பதை விட்டுவிட்டு இலக்கண நூல்களை அணுகமுடிவதில்லை. ஏற்கெனவே சொல்லபட்ட கருத்துகளிலிருந்து அதிகம் விலகிப் போகாமல் இலக்கணம் கூறுவதைக் கவனிக்க வேண்டும். நன்னூலில் தேங்காய் என்ற சொல்லுக்குச் சிறப்புப் புணர்ச்சி விதி கூறப்பட்டுள்ளதன் காரணம் தரப்படவில்லை.

இலக்கணக்கொத்து நூலில் ஏற்கெனவே வழக்கில் உள்ளவற்றிற்கு முந்தைய நூல்களில் இலக்கணம் தரப்படாத சூழலில். அவற்றுக்கு இலக்கணம் கூறப்படுகிறது. இந்த வழக்குகள் ஏற்கெனவே இலக்கியங்களில் இருந்தாலும் இலக்கணம் கூறப்படவில்லை என்பதையும் நோக்க வேண்டும்.

7 இலக்கண நூலும் சமய நூலும்

இலக்கண நூல் சமய நூல் போலவே இயற்றப்படுகிறது. சமய நூல் என்பது முதல் நூல் என்று கூறப்படும் வேதம் அல்லது தத்துவ நூல். இலக்கண நூல் தத்துவ நூல் போலவே இயற்றப்படுவதற்குப் பல சான்றுகளைக் காட்டமுடிகிறது. முன் சொன்ன எழுவகை மதம் முதலியவை தத்துவ நூலுக்கு உரிய ஆக்க முறைகள். மதம் என்ற சொல்லின் பயன்பாடே இது மதத்துடன் தொடர்புடையது என்று அறியப் போதுமானது.

இதை மேலும் அறிவதற்கு நூற்பயன் பற்றிச் சொல்லப்படும் கருத்துகள் உதவும்.

1 "…… …… அஃதேபோல் மாந்தர்
மனக்கோட்டம் தீர்க்குநூல் மாண்பு." (நன்னூல் பாயிரம் 30)

2 "எழுத்தறியத் தீரும் இழிதகைமை தீர்ந்தான்
மொழித்திறத்தின் முட்டறுப்பா னாகும் - மொழித்திறத்தின்
முட்டறுத்த நல்லோன் முதனூற் பொருளுணர்ந்து
கட்டறுத்து வீடு பெறும்." (இறையனார் களவியல் உரை)

மாந்தர் மனக்கோட்டம் தீர்ப்பதும், வீடுபேறு அடைய உதவுவதும் தத்துவ நூலாகவே இருக்கும். இலக்கண நூல் மொழியின் இடர்ப்பாடுகளைத் தீர்ப்பதற்கு மட்டுமே உதவும்.

மனித வாழ்க்கையில் அடைய வேண்டியவை என்று கூறப்படும் நான்கினையும் (இவற்றை உறுதிப்பொருள்கள் என்பர்) விளக்கிக் கூறுவதும் மனிதன் எவ்வாறு அவற்றை அடைவது என்று கூறுவனவும் தத்துவ நூல்களே.

நன்னூலில் நூற்பயன்பற்றிக் கூறுவது இந்தக் கருத்திற்குச் சான்றாக அமைகிறது.

"அறம்பொருள் இன்பம் வீடடைதல் நூற்பயனே" (நன். 10)

இந்த நான்கினையும் இலக்கண நூல்கள் சொல்வது இல்லை. எனவே, இது இலக்கண நூலுக்குச் சொல்லப்படும் பயன் அல்ல. முதல் நூலாகிய தத்துவ நூலுக்கு உரியதாகும். இலக்கண நூலுக்கும் இதுவே பயனாகத் தரப்பட்டுள்ளதைக் கவனிக்க வேண்டும்.

3 முதல்நூல் இயற்றுபவர் 'வினையின் நீங்கி விளங்கிய அறிவன்' (தொல் மர. 96) என்று கூறப்படுகிறது. அப்படிப்பட்டவராக இருப்பவர் கடவுளே. ('முதல்நூல் மாத்திரையாய் நிற்பது இறைவன் நூலும்' - நன்னூல், சங்கரநமச்சிவாயர் விருத்தியுரை: 122) அவரால் சொல்லப்பட்டது தத்துவ நூலே. எந்த இலக்கண நூலையும் கடவுள் இயற்றியதில்லை. எந்த இலக்கண நூலையும் முதல்நூல் என்று கூறுவதும் இல்லை. தொல்காப்பியம் உட்பட எல்லா நூல்களும் வழி நூல்களாகவும் சார்பு நூல்களுமாகவே உள்ளன.

தத்துவ நூல் போலவே இலக்கண நூலும் இயற்றப்படுகிறது என்பதற்கு வேறு சான்றுகளையும் காட்டலாம்.

1 எழுத்துகள் பிறக்கும் விதம் பற்றி நன்னூலில் கூறப்படுவது சமணர்களின் தத்துவ நூல்களில் உள்ள கருத்து என்பது அதன் உரையாசிரியரான மயிலைநாதர் கூற்று. (சீனிவாசன் 2016: 47)

2 சுவாமிநாதத்தில் கூறப்படும் நாதம் விந்து என்ற கருத்து சைவசிந்தாந்த நூல்களில் கூறப்படும் கருத்து. (சீனிவாசன் 2016: 48)

தத்துவ நூல்களில் கூறப்பட்டுள்ள கருத்துகளை எடுத்துக் கொள்ளும் இலக்கண ஆசிரியர்கள் தத்துவ நூல்கள் போலவே இலக்கண நூல்களையும் ஆக்கியுள்ளனர். இலக்கண நூல்களுக்கு முன்மாதிரியாக இருப்பவை தத்துவ நூல்களே.

இலக்கண நூல் ஆக்க முறையை நோக்கும்போது அது தத்துவ நூல் போலவே ஆக்கப்பட்டுள்ளதை அறிய வேறு சில சான்றுகளையும் தரலாம். சூத்திரம், கொளு, உரை, எடுத்துக்காட்டு என்ற அமைப்பில் தத்துவ நூல்கள் உள்ளன. மெய்கண்டார் இயற்றிய சிவஞானபோதம் இந்த அமைப்பிலேயே உள்ளது. பெரும்பாலான இலக்கண நூல்களில் இந்த அமைப்பு உள்ளன. சில இலக்கண நூல்களில் கொளு இல்லாவிட்டாலும் மூலம், உரை, எடுத்துக்காட்டு ஆகிய மூன்றும் உள்ளன. சிவஞானபோதம் போல் இயற்றப்பட்ட பண்டை நூல்கள் இன்று கிடைக்காவிட்டாலும் தத்துவ நூலுக்கான மாதிரியாக இந்த நூலைக் கொள்ள முடியும்.

மூல நூல் மட்டுமல்லாமல் உரைகளும் தத்துவ நூல்களை பின்பற்றிச் செல்கின்றன. தருக்க அடிப்படையில் கருத்துகளை நிறுவுவதும் தத்துவ நூல்களில் உள்ள முறையே.

தத்துவ நூல்களில் கருவி இலக்கணம், செய்கை இலக்கணம் என்று இரண்டு கூறுகள் உள்ளன. நூலாசிரியர் பயன்படுத்தும் கலைச்சொல் பற்றிய விளக்கம், அடிப்படைகள் முதலியவற்றைக் கருவி என்று கூறுவர். பின் அவற்றைக்கொண்டு விளக்கப்படும் தத்துவப் பகுதிகளைச் செய்கை என்று கூறுவர். இலக்கணத்திலும் இவ்வாறு கருவி செய்கை என்று பாகுபடுத்திக் கூறும் முறை உண்டு. தொல்காப்பிய எழுத்ததிகார உரையில் இளம்பூரணர் இதைக் கூறியுள்ளார். மேலும் அவற்றைப் புறப்புறக்கருவி, புறக்கருவி, அகப்புறக்கருவி, அகக்கருவி என்று நான்கு வகைப்படுத்துகிறார். இதேபோல் செய்கையையும் நான்கு வகைப்படுத்துகிறார் (72-73). தொல்காப்பிய எழுத்ததிகாரத்தில் முதல் இரண்டு இயல்களைக் கருவி இலக்கணம் என்றும் மற்ற இயல்களைச் செய்கை இலக்கணம் என்றும் கூறுகின்றனர்.

நன்னூல் எழுத்ததிகாரத்தில் எழுத்தியல், பதவியல் ஆகிய இரண்டையும் கருவி இலக்கணம் என்றும் மற்ற மூன்று இயல்களையும் செய்கை இலக்கணம் என்றும் கூறுவார் சிவஞான முனிவர் (143-144)

இலக்கண ஆசிரியர்கள் எல்லாரும் தத்துவ நூல்களை நன்கு அறிந்தவர்களாக உள்ளனர். அவர்கள் கல்வி பயிலும்போது தத்துவ நூல்களையும் கற்றுள்ளனர். நன்னூலில் உயிர்ப்பொருள், உயிர் அல் பொருள், அவற்றின் குணம், ஐந்து வகை உயிரினங்கள், ஒலி பிறக்கும் முறை முதலிய கருத்துகள் தத்துவ நூல்களுக்கு உரியவை.

தொல்காப்பியத்தில் உயிர்களின் வகைப்பாடு, புல் வகை, மரவகை பற்றிய கருத்துகள் ஒன்றே வேறே என்றிரு பால் என்று ஊழைக் குறிக்கும் கருத்துகள் முதலியவை தத்துவ நூல்களுக்கு உரியவை. பிறவி தோறும் கணவன் மனைவியாக வருபவர்கள், இந்தப் பிறவியில் மட்டும் கணவன் மனைவியாக வருபவர்கள் பற்றி எல்லாம் இலக்கண நூலில் கூறவேண்டிய தேவை இல்லை. இவ்வாறான உரையாடல்கள் தத்துவ நூல்களுக்கு உரியவை.

இவற்றுக்கும்மேல் சென்று நோக்கும்பொழுது அடிப்படை இலக்கணக் கலைச்சொற்கள் பலவும் அவற்றின் அடிப்படைகளும் தத்துவ நூல்களுக்கு உரியவை என்பது எளிதில் புலனாகும்.

உயிர், மெய், உயிர்மெய், வினை முதலான கலைச்சொற்கள் தத்துவ நூல்களுக்கு உரியவை. மேலும், இவற்றின் பொருளும் தத்துவ நூல்களின் காணப்படும் அடிப்படையிலேயே உள்ளன. தத்துவ நூல்களில் உயிர், உடல் ஆகியவற்றிற்குக் கூறப்படும் விளக்கம் போலவே எழுத்துகளுக்கும் கூறப்பட்டுள்ளன. உயிருக்கு அழிவு இல்லை, உயிர் வெவ்வேறு உடல்களை எடுக்கிறது, இதற்கு அடிப்படை வினை என்று கூறப்படுகிறது.

சைவ சித்தாந்த சாத்திரங்கள் பதினான்கினுள் ஒன்றான அருணந்தி சிவாசாரியர் இயற்றிய சிவஞான சித்தியார் என்ற நூலின் முதல் பகுதியான சுபக்கத்தில் கலைச்சொற்களை விளக்கும் வகையில் அளவை இலக்கணம் என்ற பகுதி உள்ளது. இதில் 15 சூத்திரங்களில் அளவைகளின் இலக்கணம் கூறப்பட்ட

பிறகே, 12 பகுப்புகளில் தத்துவ நூலைக் கூறுகிறார் ஆசிரியர். இவ்வாறு முதலில் அளவை இலக்கணத்தைக் கூறுவது தனது நூலை அறிந்துகொள்ள உதவும் என்பது இதன் கருத்து.

சைவ சித்தாந்த சாத்திரங்களில் முதலாவது நூலான *சிவஞானபோதம்* நூலில் எந்தக் கலைச்சொல்லுக்கும் விளக்கம் தராமல் நூலைத் தொடங்குகிறார் அதன் ஆசிரியர் மெய் கண்டார்.

இவ்வாறு தத்துவ நூல்கள் இலக்கண நூல்களுக்கு முன்னோடியாக இருப்பதற்குப் பல காரணங்கள் உள்ளன. பெரும்பாலும் எல்லா இலக்கண நூல் ஆசிரியர்களும் தத்துவ நூல்களை அறிந்தவர்களாக இருக்கின்றனர். அதே போல உரையாசிரியர்களும் தத்துவ நூல்களை அறிந்துள்ளனர். உரையில் அவர்கள் கருத்துகளை நிலைநாட்டும் விதத்தைப் பார்க்கும்போது அவர்களின் தருக்க அறிவை வியக்காமல் இருக்க முடியவில்லை.

இலக்கண நூல்களின் ஆக்கத்தைப் பற்றிய ஒரு சிறு உசாவல் மட்டுமே செய்யப்பட்டுள்ளது. இதைப் பற்றி விரிவாக ஆராய வேண்டிய தேவையை உணர்த்தும் அளவே இந்தக் கட்டுரை உள்ளது.

பயன்பட்டவை

அரவிந்தன், மு.வை., 1968. *உரையாசிரியர்கள்.* சிதம்பரம்: மணிவாசகர் நூலகம்.

இராசாராம், சு., 1992. *வீரசோழிய இலக்கணக் கோட்பாடு.* நாகர்கோயில்: இராகவேந்திரா.

---- 2010. *இலக்கணவியல் மீக்கோட்பாடும் கோட்பாடுகளும்.* சென்னை: காலச்சுவடு பதிப்பகம்.

இளங்குமரன், இரா.. (பதி.) 1973. *அமிதசாகரனார் இயற்றிய யாப்பருங்கலம் (பழைய விருத்தியுரையுடன்).* சென்னை: சைவ சித்தாந்த நூற்பதிப்புக் கழகம்.

----- 1988. *இலக்கண வரலாறு.* சென்னை: மணிவாசகர் பதிப்பகம்.

இறையனார் களவியல். 1976., சென்னை: சைவ சித்தாந்த நூற்பதிப்புக் கழகம்.

கோபாலையர், தி.வே., (பதி.) 1973. *பிரயோக விவேகம்*. தஞ்சாவூர்: சரஸ்வதிமகால் நூல்நிலையம்.

---- (பதி.) 1973. *இலக்கண விளக்கம்*. தஞ்சாவூர்: சரஸ்வதிமகால் நூல்நிலையம்.

---- (பதி.) 1990. *இலக்கணக் கொத்து*. தஞ்சாவூர்: சரஸ்வதிமகால் நூல்நிலையம்.

சண்முகம், செ. வை., (பதி.) 1976. *சுவாமிநாதம்*. அண்ணாமலை நகர்: அண்ணாமலைப் பல்கலைக்கழகம்.

சாமிநாதையர், உ.வே., (பதி.) 1937. *தமிழ்நெறி விளக்கம்*. சென்னை.

---- (பதி.) 1946. *நன்னூல் மயிலைநாதர் உரை*. சென்னை. உ.வே. சா. நூல்நிலையம்.

---- (பதி.) 1991. *புறப்பொருள் வெண்பாமாலை*. சென்னை: உ.வே.சா. நூல்நிலையம்.

சிவஞான சித்தியார் சுபக்கம் சிவஞான சுவாமிகள் அருளிச்செய்த பொழிப்புரையும், துந்துபி ஆண்டு, சென்னை: சைவந்தாந்த நூற்பதிப்புக் கழகம்

சீனிவாசன், இரா., கருணாநதி, வே., 1999. *ஐந்திலக்கணம்*. சென்னை: தி பார்க்கர்.

----- 2002. *தமிழ் இலக்கண மரபுகள்*. சென்னை: தி பார்க்கர்.

சீனிவாசன், இரா., சீனிவாசன், சே., 2015 *தொல்காப்பியச் செய்யுளியல்: புலனெறி இலக்கிய வழக்கு*. சென்னை: உலகத் தமிழராய்ச்சி நிறுவனம்.

சுப்பிரமணிய பிள்ளை,, (பதி). 1906. *மெய்கண்ட தேவநாயனார் அருளிச்செய்த சிவஞானபோத மூலமும் சிவஞான யோகிகள் இயற்றியருளிய திராவிட மகாபாடியமென்னும் சிவஞான பாஷ்யமும்*. மதுரை: விவேகபாநு அச்சியந்திர சாலை.

தாமோதரன், அ., (பதி). 1999. *பவணந்தி முனிவர் இயற்றிய நன்னூல் மூலமும் சங்கரநமச்சிவாயர் செய்து சிவஞான முனிவரால் திருத்தப்பட்ட புத்தம் புத்துரை என்னும் விருத்தியுரையும்*. சென்னை: உலகத் தமிழராய்ச்சி நிறுவனம்.

தொல்காப்பியம் எழுத்ததிகாரம் இளம்பூரணம் 2003. சென்னை: தமிழ்மண் பதிப்பகம்.

தொல்காப்பியம் பொருளதிகாரம் இளம்பூரணம் 2003. சென்னை: தமிழ்மண் பதிப்பகம்.

தொல்காப்பியம் பொருளதிகாரம் பேராசிரியம் 2003. சென்னை: தமிழ்மண் பதிப்பகம்.

பிங்கல நிகண்டு, 1978. சென்னை: சைவ சித்தாந்த நூற்பதிப்புக் கழகம்.

மீனாட்சிசுந்தரன், தெ. பொ., 1965. *சமணத் தமிழிலக்கிய வரலாறு*. சென்னை: பாரி நிலையம்

வையாபுரிப்பிள்ளை, ச., 1956. *இலக்கணச் சிந்தனைகள்*. சென்னை: பாரி நிலையம்.

☐ (இந்தக் கட்டுரை கட்டியம் இதழில் வெளிவந்தது)

இறையனார் களவியல் உரை: இலக்கணத்தைச் சமயத்துடன் இணைத்தல்

இறையனார் களவியல் உரை இலக்கணத்தைச் சமயத்துடன் எவ்வாறு இணைக்கிறது என்று சிந்திக்கும்போது முதலில் கவனத்தில் கொள்ளவேண்டியவை.

1. உரையின் நோக்கம்
2. இலக்கணமும் சமயமும்
3. அகப்பொருள் மரபுகள் திரிக்கப்பட்ட விதம்

இறையனார் களவியல் நூலைப்பற்றிய ஆய்வுகள் குறைவே. எனினும், மயிலை சீனி. வேங்கடசாமி, ஏ.வி. சுப்பிரமணிய அய்யர், இராம. சுந்தரம், செ.வை. சண்முகம், கா. சிவத்தம்பி ஆகியவர்களுடைய ஆய்வுகள் முக்கியமானவை. இவர்கள் பெரும்பாலும் இந்த நூலின் காலம்பற்றியே கவனம் செலுத்தியுள்ளனர். மற்றவர்கள் சங்கம் தொடர்பாக இந்த உரையில் வரும் கதைகளுக்காகவே அணுகியுள்ளனர்.

எல்லாச் சமயங்களும் தமிழுடன் தம் சமய இறைவனையோ அடியார்களையோ இணைத்துக் கூறுவது இயல்பே. எனினும், இறையனார் களவியல் உரை சைவத்துடன் தமிழை மிகவும் நெருக்கமாக இணைக்க முயல்கிறது. தமிழ்=சைவம் என்ற சமன்பாட்டை நிலைநிறுத்த முயல்கிறது. ஒரு இலக்கண நூலின் உரை என்ற வகையில் மற்ற நூல்கள் பற்றிக் கூறுவது இயல்பானதே. ஆனால், இந்த உரை மற்ற சமயங்கள் பற்றியோ அவற்றின் ஆக்கங்கள் பற்றியோ துளியும் குறிப்பிடாமல் மறைக்கிறது. இவ்வாறு தமிழ் =சைவம் என்ற சமன்பாட்டை நிலைநாட்ட, யாரும் கேள்வி எழுப்ப முடியாதபடி, சிவனையே

இந்த நூலை இயற்றியவராகக் குறிப்பிடுகிறது உரை. இத்துடன் பாண்டியர்களையும் சேர்த்துக் கொள்கிறது. பாண்டியர்கள், சைவம், தமிழ் ஆகிய முக்கூட்டு இருந்ததாக நிறுவும் பணி நடந்துள்ளது. இதற்கு யாரும் மறுக்க முடியாத உண்மைகளாக உள்ள தரவுகளை இந்த உரை பயன்படுத்தவில்லை. அதாவது, சங்க இலக்கியத் தொகுப்பிற்குப் பாண்டியர்களின் ஈடுபாட்டைக் காட்டும் விதமாக உள்ள குறிப்புகளை இந்த உரை முன்னிறுத்தவில்லை.ஒருவேளை அப்படிக் குறிப்பிட்டால் தொகுப்பு முயற்சியில் சேரர்களின் பங்கைக் குறிப்பிட நேரலாம் என்பதற்காகவே அதைத் தவிர்த்திருக்கலாம்.

அதற்குப் பதிலாக சிவன், முருகன், அகத்தியர் தொன்மங்களைச் சங்கத்துடனும் தமிழ் இலக்கணத்துடனும் தொடர்புபடுத்துகிறது. இதற்காக இந்த உரை புனையும் கதைகள் மிகை நவிற்சியாக உள்ளதை எவரும் ஒப்புக்கொள்வர்.

இந்த நூல் தமிழைச் சைவத்துடன் தொடர்புபடுத்த முயன்றுள்ள விதம் மிகவும் முக்கியமானது. தமிழ் என்று பொதுவாகக் கூறினாலும் இந்த உரை இலக்கணத்தையே சைவத்துடன் இணைப்பதில் ஆர்வம் காட்டியுள்ளது. அதாவது இலக்கியம், மொழியின் தோற்றம் முதலியவற்றை இறைவனுடன் இணைப்பதைவிட, இலக்கணத்தை இறைவனுடன் இணைப்பதிலேயே இந்த உரை முனைந்து நின்றது. அக்காலத்தில் இருந்த ஆக்கங்களில், கற்றவர்களிடம் இலக்கணத்திற்கே மிகவும் உயர்ந்த மதிப்பு இருந்தது. இலக்கண நூலை இயற்றுவது கடினம், இலக்கணமே மொழியைக் காக்கும் வரம்பு/ கரை, முதல் இலக்கண நூலைப் படைப்பவன் வினையின் நீங்கிய இறைவன், இலக்கணத்தைப் படைப்பவர்கள் முனிவர்கள் முதலான விழுமியங்கள் இலக்கண நூலின் உயர்வைக் காட்டும் விதமாக வழங்கிவந்தன. இதுவே மொழியைச் சைவத்துடன் இணைக்க முற்பட்ட இந்த உரையாசிரியருக்கு மிகப்பெரும் வாய்ப்பாக அமைந்துவிட்டது.

தமிழ் இலக்கணத்தைச் சைவ சமயத்துடன் இணைக்க முற்பட்ட இவர், அதற்கு எடுத்துக்கொண்ட முயற்சிகளைப் பின்வருமாறு தொகுத்துக் கொள்ளலாம்.

1. முச்சங்கம் பற்றிய கதையில் சிவன், முருகன், அகத்தியன் ஆகிய தொன்மங்களை இணைத்தல்.
2. நூலின் நோக்கம் வீடுபேறு அடைவிப்பது என்று வாதிடுதல்.
3. களவு பற்றிய விளக்கம்.

இவற்றில் முச்சங்கங்கள் பற்றிய கதை. அகப்பொருள் நூல் தோன்றிய கதை ஆகியவற்றை விரிவாகப் பார்க்க வேண்டியுள்ளது. முதலில் கூறப்பட்ட சங்கம் பற்றிய கதை. இதற்காகவே இந்த உரை பலராலும் வாசிக்கப்பட்டு விவாதிக்கப்பட்டது. இந்த ஆய்வுக்குச் சங்கங்களின் கதை பற்றிய விவரங்கள் தேவையற்றவை. சங்கத்தில் இருந்து தமிழ் ஆராய்ந்ததாகக் கூறப்படும் பட்டியல் இங்கே முக்கியமானது. அதில்,

அவருள் **தலைச்சங்கம்** இருந்தார் **அகத்தியனாரும், திரிபுரமெரித்த விரிசடைக் கடவுளும், குன்றெறிந்த முருகவேளும், முரஞ்சியூர் முடிநாகராயரும், நிதியின் கிழவனும்** (இறையனார் அகப்பொருள்: 5)

ஆகியோர் சங்கத்தில் இருந்ததாகக் கூறப்பட்டுள்ளது. இவர்களில் முடிநாகராயர் தவிர மற்றவர்கள் தொன்மங்கள் என்பதை அறியலாம். அதுவும் சைவத் தொன்மங்கள். இவர்களை மட்டும் சங்கத்தில் இருந்தவர்களாகக் காட்டுவது தமிழ்=சைவம் என்ற சமன்பாட்டை வலியுறுத்துவதற்கே என்பதை எளிதில் உணரலாம். இத்துடன் உரைகண்ட கதையையும் இங்கே நோக்க வேண்டியுள்ளது. நாற்பத்தொன்பதின்மரும் இறைவனால் இயற்றப்பட்ட அகப்பொருள் நூலுக்கு உரைகாண முற்பட்டனர். இவற்றுள் எது சரியான உரை என்று அறிய, வாய்பேச முடியாத உருத்திரசன்மன் என்பவனைக் 'காரணிகனாக'க் கொண்டனர். இந்த உருத்திரசன்மன் முருகக் கடவுள் என்றும் ஒரு சாபத்தால் இவ்வாறு மதுரையில் பிறந்துள்ளான் என்றும் உரையில் கூறப்படுகிறது. எனவே உரையின் தரத்தைக் கணிக்கும் உருத்திரசன்மனும் முருகன் என்ற தொன்மமே. இந்தக் கதைகளே சைவத்துடன் தமிழ் இலக்கணத்தை இணைக்கும் பணியை முதன்மை நிலையில் செய்கின்றன.

நூலின் நோக்கம்

இறையனார் களவியல் நூலின் முதற்சூத்திர உரையில் உரையாசிரியர் நூற்பயன் பற்றிக் கூறுகிறார். இந்தப் பகுதி மிகவும் முகக்கியமானது. காரணம் நூலின் நோக்கமே நூல் இயற்றப்பட்டதன் காரணத்தைத் தெளிவாக விளக்கிவிடும். இதைப்பற்றி விரிவாக விவாதிப்பதற்காக உரைப்பகுதி இங்கே தரப்படுகிறது.

"என்பயக்குமோ இது கற்க எனின், வீடுபேறு பயக்கும் என்பது. என்னை இது களவியலன்றோ இது கற்க வீடுபேறு பயக்குமாறு என்னை? களவு, கொலை, காமம், இணைவிழைச்சு என்பன அன்றோ சமயத்தாரானும் உலகத்தாரானும் கடியப்பட்டன. அவற்றுள் ஒன்றன்றாலோ இஃது எனின் களவு என்னுஞ் சொற்கேட்டுக் களவு தீதென்பதூஉம், காமம் என்னுஞ் சொற்கேட்டுக் காமம் தீதென்பதூஉம் அன்று; மற்று அவை நல்ல ஆமாறும் உண்டு". *(இறையனார் அகப்பொருள்: 9)*

என்று தொடங்கிவிட்டுக் களவு, காமம் ஆகியவை நல்லதாகும் வகைகளைக் காட்டுகிறார். தொடர்ந்து, இணைவிழைச்சுப் பற்றி விளக்கத் தொடங்குகிறார்.

அறுவகைப்பட்ட பாசாண்டிகரும் இணைவிழைச்சுத் தீதென்ப. அஃது உண்டாமிடத்து சுற்றத் தொடர்ச்சி உண்டாம்; உண்டாகவே, கொலையே, களவே, வெகுளியே, செருக்கே, மானமே என்று இத்தொடக்கத்துக் குற்றம் நிகழும் என்பது. அதுகேட்கவே தலையாயினார் அதன்கணின்று நீங்குவர் (இறையனார் அகப்பொருள்: 10)

இதைப்போலவே இடையாயினாரும் இணைவிழைச்சிலிருந்து நீங்கி வீடுபேறு அடைவர். இனிக் கடையாயினாரை எவ்வாறு வீடுபேறு பெறவைப்பது என்பது பற்றிப் பின்வருமாறு கூறப்படுகிறது.

தான் ஒழுகாநின்றதோர் இணைவிழைச்சினுள்ளே மிக்கதோர் ஒழுக்கங்காட்டினான். காட்டவே, கண்டு, 'இது பெறுமாறு என்னை கொல்லோ?' என்னும்; எனவே, மக்கட்பாட்டினானும்

> வலியானும் வனப்பானும் பொருளானும் பெறலாவது அன்று, தவஞ் செய்தாற் பெறல் ஆம்; ... அதுகேட்டுஇனி யானும் தவஞ்செய்து இதனைப் பெறுவல் என்று, அதன்மாட்டு வேட்கையால், தவஞ்செய்யும்; செய்யாநின்றானைப், ‘பாவீ, இதன் பரத்ததோ வீடுபேற்றின்பம்?’ என்று, வீடுபேற்றின்பத்தை விரித்து உரைக்கும். அதுதான் பிறப்புப் பிணி மூப்புச் சாக்காட்டு அவலக் கவலைக் கையாற்றின் நீங்கி, மணியினது ஒளியும், மலரினது நாற்றமும், சந்தனத்தது தட்பமும்போல, உள்நின்று எழுதரும் ஒரு பேரின்ப வெள்ளத்தது என்பது கேட்டு, அதனை விட்டு, வீடுபேற்றின்கண்ணே அவாவிநின்று, தவமும் ஞானமும் புரிந்து, வீடுபெறுவானாம் என்பது. அவனை வஞ்சித்துக் கொண்டுசென்று, நன்னெறிக்கண் நிறீயினமையின் **களவியல்** என்னுங் குறி பெற்றது. *(இறையனார் அகப்பொருள்: 11)*

என்று அகப்பொருள் பற்றிய இந்த நூலில் இணைவிழைச்சுப் பற்றிக் கூறப்படுவது வீடுபேறு அடைவிப்பதற்காகவே என்று சொல்லப்பட்டுள்ளது. வீடுபேறு அடைவிக்க வேண்டுமானால் அதற்கான நூலை இயற்றலாமே என்ற எண்ணம் தோன்றும். அப்படியான வினாக்களை மறுப்பதற்காகவே இந்த விளக்கம் உரையில் தரப்பட்டுள்ளது. மேலும், களவு பற்றி விளக்குவது மிகவும் வினோதமாக உள்ளது.

> ஒரு பெண்டாட்டி தமரொடு கலாய்த்து நஞ்சுண்டு சாவல் என்னும் உள்ளத்தளாய் நஞ்சு கூட்டி வைத்து, விலக்குவாரை இல்லாதபோழ்து உண்பல் என்று நின்றவிடத்து, அருளுடையானொருவன் அதனைக் கண்டு, இவள் இதனை உண்டு சாவாமற் கொண்டுபோய் உகுப்பல் என்று, அவளைக் காணாமே கொண்டுபோய் உகுத்திட்டான்; அவளும் சனநீக்கத்துக்கண் நஞ்சுண்டு சாவான் சென்றாள்; அது காணாளாய்ச் சாக்காடு நீங்கினாள். அவன் அக் களவினான் அவளை உய்யக்கொண்டமையின் நல்லூழிற் செல்லும் என்பது. மற்றும் இதுபோல்வன களவாகா. *(இறையனார் அகப்பொருள்: 9)*

அன்பின் ஐந்திணையைப் பற்றி விளக்க எடுத்துக்கொண்ட இந்த நூலில் களவுக்குத் தரப்படும் விளக்கம் இவை. உலக வழக்கில்

‘திருட்டு’ என்பதற்கு இணையான சொல்லாகக் களவு என்ற சொல் இங்கே பொருள் பெறுகிறது. தமிழ் அகப்பொருள் மரபுக்குச் சற்றும் பொருத்தம் இல்லாத, தொடர்பில்லாத நிலையில் அகப்பொருள் பற்றியும், களவு பற்றியும் அதன் நோக்கம் பற்றியும் இந்த உரை கூறுகிறது. ஒத்த பருவத்தினராக உள்ள ஆணும் பெண்ணும் தாமே சந்தித்து விரும்பி வாழ்க்கைத் துணையைத் தேடிக்கொள்வதே களவு. அதாவது, பெற்றோரும் பெரியவர்களும் பார்த்துச் செய்துவைக்கும் திருமணம் அல்ல என்பதே இதன் சிறப்பு. இவ்வாறே தமிழில் அகப்பொருள் பற்றி இலக்கணம், உரை இயற்றிய எல்லா ஆசிரியர்களும் கூறியுள்ளனர். இந்த ஒரு உரை மட்டுமே இவ்வாறு திரித்துக் கூறுகிறது.

இங்குச் சில கருத்துகளைப் புலப்படுத்திவிடுவது இந்த ஆய்வுக்குப் பொருத்தமாக அமையும். தமிழில் உள்ள அகப்பொருள் இலக்கணம் பேசும் நூல்கள் எவையும் வீடுபேறு அடைவதே அகப்பொருள் இலக்கணத்தின் நோக்கம் என்று கூறவில்லை. சமண (நம்பியகப்பொருள்), பௌத்த (வீரசோழியம்), கிறித்தவ (தொன்னூல் விளக்கம்) சமயங்களைச் சேர்ந்தவர்கள் இயற்றிய அகப்பொருள் இலக்கணங்கள் எவையும் வீடுபேறு அடைவதே அகப்பொருள் இலக்கணத்தின் நோக்கம் என்று கூறவில்லை. எந்த இலக்கண உரையும் இவ்வாறு கூறவில்லை.

அறம், பொருள், இன்பம், வீடுபேறு ஆகிய நான்கு உறுதிப் பொருள்கள் பற்றி விளக்க எடுத்துக்கொண்ட நூல்களில் கூட வீடுபேறு பற்றிக் கூறப்படுவதில்லை. அதற்கு,

> மாந்தர்க்கு உறுதி என உயர்ந்தோரான் எடுக்கப்பட்ட பொருள் நான்கு. அவை அறம், பொருள், இன்பம், வீடு என்பன. அவற்றுள் வீடென்பது சிந்தையு மொழியுஞ் செல்லா நிலைமைத்தாகலின், துறவறம் ஆகிய காரணவகையான் கூறப்படுவதல்லது இலக்கணவகையான் கூறப்படாமையின், நூல்களால் கூறப்படுவன ஏனை மூன்றுமே ஆம். (ஜகந்நாதன்: 2004: 1)

என்று விளக்கம் கூறுகிறார் பரிமேலழகர். உறுதிப்பொருள்களைக் கூற எடுத்துக்கொண்ட நூல்களிலேயே வீடுபேறு பற்றிக் கூறமுடியாது என்ற நிலையில் அகப்பொருள் பற்றிக் கூற

எடுத்துக்கொண்ட இந்த நூலின் பயன் வீடுபேறு அடைதல் என்று கூறுவது வேடிக்கையாக உள்ளது.

இலக்கணத்தைக் கற்க வீடுபேறு கிடைக்கும் என்று கூறுவதற்கு 'மொழித்திறத்தின் முட்டறுத்த நல்லோன் கட்டறுத்து வீடுபெறும்' என்று ஒரு பழஞ்சூத்திரத்தை மேற்கோள் காட்டி, இலக்கணம் கற்க வீடுபேறு கிடைக்கும் என்று இலக்கணத்தின் பயனாக வீடுபேற்றைக் கூறுகிறது உரை.

அகப்பொருள் இலக்கண நூலை இயற்றிவிட்டு வீடுபேற்றை அடைவிப்பதற்காக நூல் இயற்றப்படுவதாகத் திரித்துக் கூறப்பட்டுள்ளது. இதில் வேடிக்கை என்னவென்றால் அரசனும் தமிழ்ப் புலவர்களும் பொருள் இலக்கணம் கிடைக்காமல் அவதிப்பட்டபோது இறைவன் இரக்கப்பட்டு இந்த நூலை இயற்றியதாக இந்த உரையே கூறுகிறது.

> மதுரை ஆலவாயில் அழல் நிறக்கடவுள் சிந்திப்பான்: 'என்னை பாவம்! அரசர்க்குக் கவற்சி பெரிதாயிற்று; அதுதானும் ஞானத்திடைய தாகலான், யாம் அதனைத் தீர்க்கற்பாலம்' என்று, இவ்வறுபது சூத்திரத்தையுஞ் செய்து மூன்று செப்பிதழகத்து எழுதிப் பீடத்தின் கீழிட்டான்.
> (இறையனார் அகப்பொருள்: 11)

வேறு எங்கும் கூறப்படாத அகத்தியர் என்ற வைதிகத் தொன்மத்தைச் சங்கங்களோடு தொடர்புபடுத்துதல், அகத்தியன் இயற்றியதாக ஒரு இலக்கண நூலைக் கூறுதல் தமிழைச் சைவத்துடன் இணைக்கும் முயற்சியின் ஒரு பகுதியாகும். அகத்தியர் இயற்றியதாகக் கூறப்படும் நூலின் அமைப்புப் பற்றி எதுவும் கூறப்படவில்லை. சங்கம் பற்றிய கதையில் முதற் சங்கத்தில் அகத்தியமும் இரண்டாம் சங்கத்தில் தொல்காப்பியமும் இருந்தன என்று கூறப்படுவதிலிருந்து தொல்காப்பியத்திற்கும் முன்பே அகத்தியம் இயற்றப்பட்டது என்று கூறப்படுகிறது. ஆனால், அகத்தியத்திலிருந்து ஒரு சூத்திரத்தையும் இவர் எடுத்தாளவில்லை. எல்லா இடங்களிலும் பெரும்பாலும் தொல்காப்பிய நூற்பாக்களையே எடுத்தாளுகிறார்.

இந்த உரை முழுக்க சைவ சமய நோக்கிலிருந்து எழுதப்பட்டதுபோல் உள்ளது. சமயம் தொடர்பான நிறைய

வடமொழிச் சொற்களை உரையாசிரியர் பயன்படுத்துகிறார். இதில் கூறப்படும் சொற்களும் தொடர்களும் மிகவும் முக்கியமானவை. அவை அகப்பொருள் வழக்கில் வழங்காதவை. சமய நூல்களில் வழங்கப்படுபவை. ஞானம், வீடுபேறு, தலையாயினார், இடையாயினார், கடையாயினார், பாசாண்டிகர், தேவகுலம் (கோயில்). உடலை இழிவானதாகக் கருதுதல் (இறையனார் அகப்பொருள்: 10), தலைவனை எம்பெருமான் என்று குறித்தல் (44), சிட்டர், உத்தரமதுரை, பிராமணன், காரணிகன், குமாரதெய்வம், குமாரசுவாமி, சனம், போகம் முதலிய சொற்கள் இவ்வகையின.

பாயிரம் பற்றி வேறு நூல்களிலிருந்து பல சூத்திரங்களை எடுத்துக்கூறும் இந்த உரை அவற்றின் பெயர்களைத் தராமல் மறைக்கிறது. இந்த உரை தோன்றிய காலத்தில் பல இலக்கண நூல்கள் இருந்தன என்று அது காட்டும் பாயிரம் பற்றிய சூத்திரங்களே சான்று. ஆனால், அகத்தியம், தொல்காப்பியம் தவிர வேறு இலக்கண நூல்கள் பற்றிக் கூறாமல் மறைக்கிறது இந்த உரை. தொல்காப்பியத்திற்குச் சிறப்புப்பாயிரம் இயற்றிய பனம்பாரனார் இயற்றிய பனம்பாரம் உள்ளிட்ட நூல்களையும் இந்த உரை மறைக்கிறது. (காக்கைபாடினியம் தவிர). இதுவும் சைவம் தவிர மற்ற சமயங்கள் தமிழ் இலக்கண ஆக்கங்களைச் செய்யவில்லை என்பது போன்ற தோற்றத்தை ஏற்படுத்துவதற்கான முயற்சியே.

எனவே, இந்த உரை தமிழ்=சைவம் என்ற சமன்பாட்டை வலியுறுத்துவதற்கு எழுதப்பட்ட உரையே எனலாம். இந்த நோக்கத்தை நிறைவேற்றும் பொருட்டு அறுபது சூத்திரங்கள் இயற்றப்பட்டுள்ளன. அவற்றுக்கு உரை கூறும்முகமாக இலக்கணத்தைச் சைவ சமயத்துடன் இணைக்கும் பணியை இந்த உரை செய்கிறது என்பதை மேலே காட்டிய சான்றுகளின் வழியே அறியமுடிகிறது.

உசாத்துணைகள்

அரவிந்தன், மு.வை., 2008. *உரையாசிரியர்கள்*. சென்னை: மணிவாசகர் பதிப்பகம்.

இளங்குமரன், இரா., 1990. *இலக்கண வரலாறு*. சென்னை: மணிவாசகர் பதிப்பகம்.

களவியல் என்ற இறையனார் அகப்பெருள், தெய்வப்புலமை நக்கீரர் அருளிய உரையுடன். 1969. சென்னை: சைவசித்தாந்த நூற்பதிப்புக் கழகம்.

சண்முகம், செ.வை., 1994. *இலக்கண உருவாக்கம்*. சென்னை: மணிவாசகர் பதிப்பகம்.

சிவத்தம்பி, கா., 2000. *தமிழில் இலக்கிய வரலாறு*. சென்னை: நியூசெஞ்சுரி புக்ஹவுஸ்.

சுந்தரம், இராம., 1978. *சொல்புதிது சுவை புதிது*, சென்னை: தமிழ் நூலகம்.

சுப்பிரமணிய அய்யர், ஏ.வி., 1959. *தமிழ் ஆராய்ச்சியின் வளர்ச்சி வரலாறு*. சென்னை: அமுத நிலையம் பிரைவேட் லிமிடெட்.

தாமோதரன், அ., (பதி) 2013. *இறையனார் அகப்பொருள்*. சென்னை: செம்மொழித் தமிழாய்வு மத்திய நிறுவனம்.

மோகன், இரா., சொக்கலிங்கம், நெல்லை ந. 1985. *உரைமரபுகள்*. சிதம்பரம்: மணிவாசகர் பதிப்பகம்.

வேங்கடசாமி, மயிலைசீனி., 2002. '*இறையனார் அகப்பொருள் ஆராய்ச்சி*' மயிலை சீனி. வேங்கடசாமி ஆராய்ச்சிக் கட்டுரைகள்-தொகுதி 5, பதி. மே.து. ராசுகுமார், ப.சரவணன்.

வையாபுரிப்பிள்ளை, எஸ்., 1931. *களவியல் காரிகை உரையுடன்*. சென்னை: பி.என். பிரஸ்.

ஜகந்நாதன், கி.வா.. (பதி,) 2004 *திருக்குறள் ஆராய்ச்சிப் பதிப்பு*. கோயம்புத்தூர்: ராமகிருஷ்ண மிஷன் வித்யாலயம்,

☐ கோலாலம்பூர் ஒன்பதாம் உலகத்தமிழ் மாநாட்டில் வாசிக்கப்பட்ட கட்டுரை. 05.03.2015

இறையனார் களவியல் உரை ஆய்வுகள்

தமிழ் இலக்கிய, இலக்கண வரலாறுகளில் அவசியமாக இடம்பெறவேண்டிய ஒரு இலக்கண நூல் இறையனார் களவியல் என்ற இறையனார் அகப்பொருள். இதற்குப் பல காரணங்கள் உள்ளன. இந்தக் காரணங்களில் இதன் உரை முதன்மை இடத்தைப் பெறுகின்றது. மூல நூலைவிட நக்கீரர் இயற்றியதாகக் கூறப்படும் இதன் உரையே ஆய்வுகளில் மிகுதியும் கவனத்தை ஈர்ப்பதாக உள்ளது. இந்த நூலின் ஆய்வு வரலாறு பற்றிச் சிந்திக்கும்போது,

1 உரையின் நோக்கம்
2 உரையில் மறைக்கப்பட்ட உண்மைகள்
3 உரை எழுந்த காலச்சூழல்
4 இலக்கணமும் சமயமும்
5 அகப்பொருள் மரபுகள் திரிக்கப்பட்ட விதம்

முதலியவற்றையும் கவனத்தில் கொள்வது அவசியம்.

இவற்றைப் பற்றி அறிவதும் இதன் ஆய்வு வரலாற்றை அறிவதில் மிகவும் முக்கியமானதாகும். பொதுவாக இன்றைய ஆய்வுமுறையின் தோற்றம் வளர்ச்சி பற்றிச் சுருக்கமாகக் காண்பது இந்த நூலின் ஆய்வு பற்றி அறிவதற்கு மிகவும் உதவியாக அமையும். ஐரோப்பியர் இந்திய மொழிகளை அறியும் நிலையில் அவர்களது மொழிகளுக்கும் இந்திய மொழிகளுக்கும் இருந்த வேறுபாடுகளே இந்த வகை ஆய்வுக்கு வித்திட்டன. இதைத் தொடர்ந்து திராவிடமொழிகள் என்ற மொழிக்குடும்பம் பற்றிய ஆய்வுகளும் தொல்லியல் ஆய்வுகளும் நாட்டார்

வழக்காற்றியல் தொடர்பான தொகுப்புகளும் ஐரோப்பியரால் செய்யப்பட்டவை.

அடுத்த நிலையில் ஏட்டுச் சுவடிகளிலிருந்து தமிழ் நூல்கள் அச்சேற்றப்படுதல் இரண்டாம் நிலை. இந்த இரண்டாம் கட்ட ஆய்வுகள் தமிழர்களால் முன்னெடுக்கப்பட்டவை. இந்த வகையில் சி.வை. தாமோதரம்பிள்ளை இறையனார் களவியல் உரை நூலை முதலில் பதிப்பித்தார்.

இதைத் தொடர்ந்து சி.வை. தாமோதரம்பிள்ளை பதிப்பித்த வீரசோழியத்தின் பதிப்புரை தமிழ் நூல் பதிப்புரைகளில் மிகவும் முக்கியத்துவம் வாய்ந்ததாகும். இந்தப் பதிப்புரையில் சி.வை. தாமோதரம்பிள்ளை தமிழ் நூல்களை ஒருவகையான காலகட்டப் பகுப்புக்குள் கொண்டுவர முயற்சி செய்துள்ளார். தமிழ் நூல்கள் பல அதற்கு முன்பு பதிப்பிக்கப்பட்டிருந்தாலும் பதிப்புரைகள் இடம்பெற்ற நூல்கள் மிகவும் குறைவே. தமிழில் சிறப்பாகவும் முறைப்படியும் நூல்களைப் பதிப்பிக்கத் தொடங்கிய ஆறுமுகநாவலர் தமது பதிப்புகளில் பதிப்புரை என்று எதுவும் எழுதுவதில்லை. பதிப்புரையில் நூல் பற்றிய பலவகையான தகவல்களை விரிவாக எழுதத் தொடங்கியவர் சி. வை. தாமோதரம் பிள்ளை அவர்களே. அந்த வகையில் இறையனார் அகப்பொருள் உரை நூலைப் பதிப்பிக்கும் போது அவருக்குச் சில தூண்டுதல்கள் ஏற்பட்டன. இறையனார் அகப்பொருள் நூலின் முதற் சூத்திர உரையில் முச்சங்கம் பற்றிய கதை விரிவாகத் தரப்பட்டுள்ளது. இதனாலேயே தமிழ் நூல்களின் காலம் பற்றிப் பேசவேண்டிய அவசியம் தாமோதரம்பிள்ளைக்கு ஏற்பட்டது. வீரசோழிய முன்னுரையில் அதை அவர் செய்துள்ளார். இலக்கிய வரலாற்று ஆராய்ச்சி தாமோதரம்பிள்ளையால் தொடங்கிவைக்கப்படுகிறது.

இதைத் தொடர்ந்து எழுந்த ஆய்வுகள் அடுத்த கட்ட ஆய்வு நிலையைக் காட்டுகின்றன. இந்த மூன்றாம் கட்ட ஆய்வு நிலையில் முக்கியமான சில கூறுகளைக் குறிப்பிட வேண்டும். இந்தக் கட்டம் ஏறக்குறைய இருபதாம் நூற்றாண்டின் தொடக்கப் பகுதியாக அமைந்தது. இதற்குள் தொல்லியல் ஆய்வுகள் தமிழ்நாட்டில் தோன்றிவிட்டன. பல கல்வெட்டுகளும் செப்பேடுகளும் படியெடுக்கப்பட்டு அச்சிடப்பட்டன.

அந்த வகையில் இலக்கிய ஆதாரங்களை மட்டும்கொண்டு ஆராய்ச்சியில் ஈடுபட்டுக்கொண்டிருந்த ஆய்வாளர்களுக்கு இந்த ஆவணங்கள் கூடுதல் தகவல்களைக் கொடுத்து உதவின.

கனகசபைப்பிள்ளை, மு. இராகவையங்கார். ரா. ராகவையங்கார் முதலிய பல ஆய்வாளர்களும் இத்தகைய ஆய்வுகளில் ஈடுபட்டனர். அந்த வகையில் நம்முடைய பழமையான இலக்கியங்களான பத்துப்பாட்டு, எட்டுத்தொகை, தொல்காப்பியம் முதலிய நூல்களின் காலத்தைப் பற்றிய ஆய்வுகள் தொடங்கின. மற்ற சான்றுகளை விட இறையனார் அகப்பொருள் நூலின் முதற்சூத்திர உரையில் கொடுக்கப்பட்டுள்ள முச்சங்கம் பற்றிய கதைகள் இந்த வகையில் மிகவும் முக்கியமான தரவுகளாக அமைந்தன. அதில் கூறப்பட்டுள்ள கருத்துகள் பின்வருமாறு.

1. மூன்று சங்கங்கள் அமைத்துத் தமிழை வளர்த்தவர்கள் பாண்டியர்கள்.
2. இவை முறையே தென்மதுரை, கபாடபுரம், மதுரை ஆகிய நகரங்களில் செயல்பட்டன.
3. இவற்றில் தலைமைப் புலவர்களாக விளங்கியவர்கள், அவர்கள் உள்ளிட்டுக் கவியரங்கேறியவர்கள் ஆகியவர்களின் பெயர்களும் எண்ணிக்கையும் தரப்பட்டுள்ளன.
4. இதைப் புரந்த பாண்டிய அரசர்களின் பெயர்களும், எண்ணிக்கையும், இவர்களில் கவியரங்கேறிய அரசர்கள் பற்றியும் விவரங்கள் இடம்பெற்றுள்ளன.
5. இவர்களுக்கு இலக்கண நூலாக இருந்தவை அகத்தியம், தொல்காப்பியம்.
6. இந்தச் சங்கங்களில் இருந்தவர்களால் இயற்றப்பட்ட இலக்கியங்களும் இலக்கணங்களும் பல. (இயல், இசை, நாடகம்).
7. இந்தச் சங்கங்களில் தலைமைப் புலவர்களாக விளங்கியவர்கள் ஆலவாயிற் அவிர்சடைக் கடவுளான சிவன், முருகன் ஆகியோர். மேலும், அகத்தியம் என்ற இலக்கண நூல் பற்றிய குறிப்பும் உள்ளது.

இந்தத் தகவல்களே சங்கம் பற்றிய தொன்மையான கருத்துகளாக விளங்கின.

இவற்றின் ஏற்புடைமை பற்றி மிகவும் விரிவாக அந்தக் காலத்தில் ஆராயப்பட்டது. சங்கம் பற்றிய ஆராய்ச்சியில் பலவகையான நிலைப்பாடுகள் இருந்தன.

1 மூன்று சங்கங்கள் இருந்தன என்பது உண்மை.

2 சங்கம் என்று எதுவும் இருந்ததில்லை. இந்தக் கதை முழுக்கற்பனை.

3 ஒரு சங்கம் இருந்திருக்கலாம்.

4 சமண முனிவர் ஏற்படுத்திய திரமிள சங்கமே இத்தகைய கருத்தாக்கம் தோன்றக் காரணம்.

5 இந்த நூல் தவிர சங்கம் இருந்ததைப் பற்றி வேறு கதைகளோ ஆதாரங்களோ இல்லை.

6 இதில் கூறப்பட்டுள்ள தகவல்கள் நம்பும்படி இல்லை.

முதலியவை அத்தகைய நிலைப்பாடுகள். இதைப் பற்றிய விவாதங்கள் நீண்ட காலமாகவே தமிழ்நாட்டில் நிலவின.

இலக்கிய வரலாற்று நோக்கில் இந்த உரையில் சில முக்கியமான அடிப்படைகள் உள்ளன. அவற்றைக் குறித்து இங்கே விளக்கமாகப் பார்ப்பது அவசியம்.

1 உரை நடந்துவந்தவழி பற்றிக் கூறப்பட்டுள்ளது.

2 பாயிரம் பற்றி மிக வரிவாகக் கூறப்பட்டுள்ளது.

3 சங்கம் பற்றிய கதை.

4 அகப்பொருள் நூல் தோன்றிய கதை, உரைகண்ட கதை.

5 நூற்பயன், ‘களவு’ சொற்பொருள் விளக்கம்.

6 தமிழைப் பாண்டியருடனும் சைவ சமயத்துடனும் தொடர்புபடுத்துதல்.

7 அகத்தியம் என்ற இலக்கண நூல் பற்றிக் கூறுதல்.

8 அகத்தியம், தொல்காப்பியம் தவிர வேறு இலக்கண நூல்கள் பற்றிக் கூறாமல் மறைத்தல். (காக்கைபாடினியம் தவிர). பல

இலக்கண நூல்களிலிருந்து பாயிரம் பற்றிய கருத்துகளை மட்டும் கூறும் இந்த உரை அந்த இலக்கண நூல்கள் பற்றி எதையும் கூறவில்லை.

9 பின்வந்த உரையாசிரியர்களில் சிலர் இந்தக் கதைகளை ஏற்றுக்கொண்டனர். பேராசிரியர் முதலியவர்கள் இதை ஏற்றுக்கொண்டுள்ளனர்.

10 தமிழ் இலக்கிய வரலாற்றில் இந்த நூல் ஏற்படுத்திய விளைவுகள், இதன் முக்கியத்துவம்.

11 மிக அருமையான உரை நடை. இந்த நடையை விஞ்சிய வேறு உரைநடையைக் காண்பது அரிது.

இந்த நூல் பற்றிய ஆய்வுகளைப் பின்வருமாறு பகுத்துக் கொள்ளலாம்.

உரையாசிரியர்களின் குறிப்புகள் அந்தக் காலத்து வழக்கப்படி நம்பிக்கை அடிப்படையிலானவை என்பதையும் இங்கே குறிப்பிட வேண்டும். பேராசிரியர், நச்சினார்க்கினியர் முதலிய உரையாசிரியர்கள் இந்த நூலையும் உரையையும் குறிப்பிட்டுள்ளனர். அவர்களின் கருத்துகள் முக்கியமானவை என்றாலும் இங்கு எடுத்துக் கொள்ளப்பட்டது தற்கால முறையிலான ஆய்வு என்பதால் உரையாசிரியர்களின் குறிப்புகளுக்கு முக்கிய இடம் தரப்படவில்லை.

1 சங்கம் பற்றிய தகவல்கள்: சி.வை. தாமோதரம்பிள்ளை, எஸ். வையாபுரிப்பிள்ளை முதலியவர்கள்.

2 இலக்கண வரலாற்று ஆய்வுகள்: இளங்குமரன், சோம. இளவரசு.

3 கால ஆய்வுகள்: ஏ.வி. சுப்பிரமணிய அய்யர்.

4 இறையனார் அகப்பொருள் உரை பற்றிய தனிப்பட்ட ஆய்வுகள்: மயிலை சீனி. வேங்கடசாமி, இராம. சுந்தரம், செ.வை. சண்முகம், கா. சிவத்தம்பி.

இவ்வாறு பகுத்துக்கொள்வது ஒரு வசதிக்காகத்தானே தவிர, இவை ஒன்றுடன் ஒன்று தொடர்பற்றவை அல்ல. அதாவது இவ்வாறு பகுத்தாலும் ஒன்றிலிருந்து ஒன்றைப் பிரிக்க முடியாது.

இங்கே ஒரு கருத்தை அவசியமாகக் கூறவேண்டியுள்ளது. அதாவது இறையனார் அகப்பொருளுரை நூல் அதிகமும் விவாதிக்கப்பட்டது அந்த நூலின் முதற்சூத்திர உரைக்காக மட்டும்தான். அதைக் கடந்து நூலுக்குள் சென்று விவாதித்தவர்கள் மிகவும் குறைவு.

சி.வை. தாமோதரம்பிள்ளை தமது *வீரசோழியப்* பதிப்புரையில் தமிழ் நூல்களைக் கால அடிப்படையில் பகுத்தார். தமிழில் இவ்வாறு செய்யப்பட்ட முதல் காலப் பகுப்பு இதுவே. மேலும், முதல் இலக்கிய வரலாற்று முயற்சி என்றும் இதைக் கூறலாம். முதல் ஆய்வு என்பதாலும் இலக்கிய வரலாறு பற்றிய போதிய வெளிச்சம் இன்மையாலும் இவரது ஆய்வு அதற்கான தன்மைகளோடு உள்ளது. அதாவது இறையனார் அகப்பொருள் உரையில் தொன்மமாகக் கூறப்பட்டுள்ள சங்கம் பற்றிய கதைகளை அவ்வாறே இவர் முழுவதும் உண்மை என்று ஏற்றுக்கொள்கிறார். இதற்கு அவர் காட்டும் காரணங்கள் பல. தாமோதரம்பிள்ளையின் ஆய்வுகள் சைவ சமயம் சார்ந்திருக்கின்றன என்பதையும் அறிதல் வேண்டும்.

இதைத் தொடர்ந்து இலக்கிய வரலாற்றில் சங்கம் பற்றிய விவாதங்கள் மிகவும் விரிவாக நடைபெற்றன. இதில் கே.என். சிவராஜபிள்ளை முக்கியமானவர். இவர் பல காரணங்களைக் காட்டி இறையனார் அகப்பொருள் உரை கூறும் சங்கம் பற்றிய கதைகளை முழுவதுமாக நிராகரிக்கின்றார். இவர் கூறும் காரணங்கள் முக்கியமானவை.

1 சங்கம் என்பது தமிழ்சொல் இல்லை. தமிழ்ச் சொற்களில் சகரம் மொழி முதலில் வராது என்கிறது தொல்காப்பியம்.

2 இதில் கூறப்படும் காலநீட்சி நம்பும்படி இல்லை.

3 ஆண்டு, தலைமைப் புலவர், கவியரங்கேறியவர்கள் முதலானவர்களின் எண்ணிக்கையில் 49 என்ற எண் பிரதானமாக வருகின்றது. இது சமஸ்கிருத எழுத்துகளின் எண்ணிக்கையை வலியுறுத்துவதுபோல் தோன்றுகிறது.

4 இந்தக் கதைகளுக்கு வேறு ஆதாரங்கள் இல்லை.

5 மூன்று தமிழ்ச் சங்கங்களும் அமைந்த காலத்தைக் கூட்டினால் ஏறக்குறைய பத்தாயிரம் ஆண்டுகள் வருகிறது. இவ்வளவு

பழைய காலத்தில் எங்கும் எழுத்து, இலக்கியம், இலக்கணம் ஆகியவை தோன்றவில்லை.

6 சிவன், முருகன், குபேரன் முதலிய கடவுள் தொன்மங்கள் சங்கத்தில் இருந்ததாகக் கூறப்பட்டுள்ளது. இது நம்புமாறு இல்லை. முதலியவை அவருடைய மறுப்புகளாகும்.

தொடர்ந்து இந்த ஆய்வில் ஈடுபட்டவர்களில் பேரா. வையாபுரிப்பிள்ளை முக்கியமானவர். அவரது கருத்துகள் இந்த ஆய்வில் மிகவும் முக்கியமான இடம்பெறுகின்றன. அவரது கருத்துகள் பின்வருமாறு:

1 ஒரு சங்கம் இருந்தது உண்மை என்று ஏற்றுக்கொள்ளலாம்.
2 கி.பி. 470ஆம் ஆண்டில் வச்சிரநந்தி ஏற்படுத்திய திரமிள சங்கத்தையே இறையனார் களவியல் இவ்வாறு மிகைப்படுத்தி உரைக்கின்றது.
3 சங்கங்களில் இயற்றப்பட்ட நூல்கள் பற்றிய கருத்துகள் உண்மையானவை அல்ல.
4 சங்கங்களின் காலநீட்சி, புலவர் எண்ணிக்கை, புரந்தோர் எண்ணிக்கை முதலியவற்றில் மிகைப்படுத்தப்பட்ட கூற்றுகள் உள்ளன.
5 கடவுளர்களுடன் உள்ள தொடர்பு ஏற்கக்கூடியதல்ல.

சோம இளவரசு, இரா. இளங்குமரன் ஆகிய இரண்டு இலக்கண வரலாற்று ஆசிரியர்களின் நூல்கள் முக்கியமானவை. இவற்றில் மேற்கண்ட விவாதங்கள் பற்றியோ அல்லது இவற்றின் வன்மை, மென்மை பற்றியோ விரிவான உரையாடல் மேற்கொள்ளப்படவில்லை. நூல் பற்றியும் உரை பற்றியும் புகழ்ந்து எழுதப்பட்டுள்ளது. இந்த உரை ஏன் தோன்றியது? மூலநூல், உரை ஆகியவற்றின் கால இடைவெளி, மூல நூலை இயற்றியது யார்? ஏன் இந்த நூல் தோன்றியது? மற்ற இலக்கண நூல்களிலிருந்து இது எவ்வாறு வேறுபடுகிறது? முதலிய கேள்விகள் கூட இலக்கிய வரலாற்று நூல்களில் எழுப்பப்படவில்லை.

இறையனார் அகப்பொருள் உரை பற்றிய ஆய்வுகளில் முக்கியமான இடத்தைப் பிடிப்பவர் ஏ.வி. சுப்பிரமணிய

அய்யர். இவர் எழுதிய 'தமிழ் ஆராய்ச்சியின் வளர்ச்சி வரலாறு' என்ற நூல் மிக முக்கியமான ஆய்வு நூலாகும். இதில் இவர் இறையனார் களவியல் நூலுக்கு மிகவும் முக்கியத்துவம் கொடுத்து ஆராய்கிறார். அதில் மூல நூலைவிட உரைக்கே அதிக முக்கியத்துவம் அளிக்கின்றார். தமிழில் தோன்றிய உரைகளை எல்லாம் ஆராய்ந்து - குறிப்பாக இளம்பூரணர் உரை - பலவகையான சான்றுகளையும் காட்டி இறையனார் அகப்பொருள் உரை கி.பி. பன்னிரண்டாம் நூற்றாண்டில் தோன்றியிருக்க வேண்டும் என்ற முடிவுக்கு வருகிறார். இவருடைய ஆய்வு முடிவுகள் ஏற்றுக்கொள்ள முடியாதவையாக இருந்தாலும் இவரது ஆய்வுக்கு மதிப்பளிக்க வேண்டியுள்ளது.

அடுத்து அவசியம் கவனிக்க வேண்டியவர் மயிலை சீனி. வேங்கடசாமி. இவர் இந்த நூலைப்பற்றிப் பல இடங்களில் எழுதியுள்ளார். முதலில் வையாபுரிப் பிள்ளையின், 'வச்சிர நந்தியின் தமிழ்ச் சங்கத்தையே இறையனார் அகப்பொருள் கூறுகின்றது' என்ற கருத்தை மறுத்து, பாண்டியர்கள் நிறுவிய சங்கம் என்பதே உண்மை என்றும், வச்சிரநந்தி நிறுவியது சமணர்களின் சங்கமே தவிர அது தமிழ்ச்சங்கம் அன்று என்றும் வாதிட்டுள்ளார்.

இரண்டாவதாக, தொல்காப்பியப் பொருளதிகாரம் கிடைத்தும் அதன் நுட்பம் உணரவல்லார் இல்லை என்று கொள்கிறார். தொல்காப்பியத்திற்குப் பிற்பட்ட நூல், களவிளல் நூற்சூத்திரங்களில் உள்ள தொல்காப்பியச் சூத்திரத்திங்களின் பகுதிகள், நூற்பயன், களவியலைக் கற்க ஞானமும் வீடுபேறும் கிடைக்கும், முதலான கருத்துகளைக் கூறி, தொல்காப்பியப் பொருளதிகாரம் உலகியல் வழக்கைக் கூறுவது என்றும் இறையனார் அகப்பொருள் ஞான நெறியைக் கூறுவது என்றும் இவர் விளக்குகிறார். அதாவது, பக்தி இலக்கியங்களில் வரும் நாயக, நாயகி பாவத்திற்கு இந்த நூல் அடிப்படையானது என்று கூறுகிறார். ஆனால், இதில் உள்ள முரண்பாட்டைக் கவனிக்க வேண்டும். அவ்வாறு நாயக, நாயகி பாவத்தை ஏற்றுக்கொள்வதற்கான நூலாக இது இருக்கும் நிலையில், இதற்கு உதாரணச் செய்யுட்கள் பக்தி இலக்கியங்களில் உள்ள நாயக, நாயகி பாவச் செய்யுட்களாக இருந்திருக்கும். ஆனால், அவ்வாறு இல்லாமல். சங்க இலக்கியங்களும், பாண்டிக்

கோவையுமே இதன் உதாரணச் செய்யுட்களாக இருப்பது வேங்கடசாமியின் விளக்கத்திற்குப் பொருத்தமாக இல்லை.

அடுத்து கவனிக்கப்பட வேண்டியவர் இராம. சுந்தரம். இவரது சொல் புதிது சுவை புதிது என்னும் நூலில், "இறையனார் களவியலும் அதன் உரையும்" என்ற கட்டுரையில் இவர் இந்த நூலைப் பற்றி ஆராய்ந்திருக்கிறார். இவரது ஆராய்ச்சி ஆழமான ஆராய்ச்சி. இவரது முக்கியமான கருத்துகள் (1) இந்த நூல் பல்லவர் காலத்து நூல். (2) நூலின் காலம் 6-7 ஆம் நூற்றாண்டு. உரையின் காலம் ஏழாம் நூற்றாண்டின் இறுதி.

செ.வை. சண்முகம் இந்த நூலைப் பற்றி மிக விரிவாக ஆராய்ந்துள்ளார். அவரது இலக்கண உருவாக்கம் என்ற நூலில் பெரும்பகுதி இறையனார் அகப்பொருள் உரை பற்றியதாகும். இந்த ஆய்வு 60 பக்கத்திற்கும்மேல் நீண்ட கட்டுரையாக உள்ளது. இதில் நூல், ஆசிரியர், உரையாசிரியர், பயன், நோக்கு, காரணம், காலம், பொருள் முதலியவற்றைப் பற்றி விரிவாக ஆராய்ந்துள்ளார்.

இறுதியாகப் பேரா. கா. சிவத்தம்பி அவர்களின் ஆய்வு. இவர் இந்த நூலின் நோக்கத்தைப் பற்றித் தமிழில் இலக்கிய வரலாறு என்ற நூலில் ஆராய்ந்துள்ளார். இவரது கருத்து, தமிழைச் சைவ சமயத்தின்பாற்படுத்தும் முயற்சி இறையனார் அகப்பொருள் உரையில் நடைபெற்றுள்ளது என்பதாகும். இத்துடன் சைவத்தையும் பாண்டியரையும் தமிழுடன் தொடர்புபடுத்துவதே இந்த நூலின் நோக்கம் என்றும் கொள்ளலாம்.

உசாத்துணைகள்

அரவிந்தன், மு.வை., 2008. *உரையாசிரியர்கள்.* சென்னை: மணிவாசகர் பதிப்பகம்.

சண்முகம், செ.வை., 1994. *இலக்கண உருவாக்கம்.* சென்னை: மணிவாசகர் பதிப்பகம்,

சிவத்தம்பி, கா., 2000. *தமிழில் இலக்கிய வரலாறு.* சென்னை: நியூசெஞ்சுரி புக்ஹவுஸ்.

சுந்தரம், இராம., 1978. *சொல்புதிது சுவை புதிது,* சென்னை: தமிழ் நூலகம்.

சுப்பிரமணிய அய்யர், ஏ.வி., 1959. தமிழ் ஆராய்ச்சியின் வளர்ச்சி வரலாறு. சென்னை: அமுத நிலையம்.

மோகன், இரா., சொக்கலிங்கம், நெல்லை ந. 1985. உரைமரபுகள். சிதம்பரம்: மணிவாசகர் பதிப்பகம்.

வேங்கடசாமி, மயிலை சீனி., 2002. 'இறையனார் அகப்பொருள் ஆராய்ச்சி' மயிலை சீனி. வேங்கடசாமி ஆராய்ச்சிக் கட்டுரைகள்-தொகுதி 5, பதி. மே.து. ராசுகுமார், ப. சரவணன்.

வையாபுரிப்பிள்ளை, எஸ்., 1931. களவியல் காரிகை உரையுடன். சென்னை: பி.என். பிரஸ்.

இலக்கண நூல்களில் எடுத்துக்காட்டுகள்

இலக்கண நூல்களில் எடுத்துக்காட்டுகள் முக்கிய இடத்தை வகிக்கின்றன. செறிவான சூத்திரங்களில் கூறப்படும் இலக்கண அமைப்புகளை உரையின் மூலம் விளக்கினாலும் எடுத்துக்காட்டுகளே பொருளை நன்கு விளங்கிக்கொள்ளத் துணை செய்கின்றன. எடுத்துக்காட்டுகள் மூலத்தின் கருத்துகளைத் தெளிவாகவும் சரிவரவும் புரிந்துகொள்ள உதவும். இவை இல்லாவிட்டால் பல இடங்களில் ஆசிரியர் என்ன சொல்ல வருகின்றார் என்பதே பிடிபடாமல் போய்விடும். எனவே இலக்கண நூல்களில் குறிப்பாகத் தொல்காப்பியத்தில் எடுத்துக்காட்டுகளின் முக்கியத்துவத்தையும் எடுத்துக்காட்டுகளைத் தருவது யார் என்பது குறித்தும் சில கருத்துகளை இக்கட்டுரை முன்வைக்கிறது.

இலக்கண நூல்களின் சூத்திரங்களுக்கு உரையில் பொருள் உரைக்கும்போது அந்தக் கருத்துகளைத் தெளிவுபெற விளக்குவதற்காக எடுத்துக்காட்டுகளைத் தருகின்றனர். இலக்கண நூல் பற்றிச் சிந்திக்கும்போது அதில் உரையின் இடம் முதன்மையானது என்பதை யாவரும் அறிவோம். உரையின் செயற்பாடுகளைப் பலவிதங்களாக இலக்கண நூல்களில் வகைப்படுத்திக் கூறுகின்றனர்.

யாப்பருங்கல விருத்தியுரையில் அக்காலத்தில் வழக்கில் இருந்தபல வகை உரைகள் பற்றி விரிவாகக் கூறப்பட்டுள்ளது. அவை கீழே தரப்பட்டுள்ளன.

1 மூவகை: பொழிப்பு, அகலம், நுட்பம்.
2 அறுவகை: எடுத்துக்காட்டல், பதம் காட்டல், பதம் விரித்தல், பதப்பொருள் உரைத்தல், வினாதல், விடுத்தல்.

3 பத்துவகை:

சொல்லே, சொற்பொருள், சோதனை, மறைநிலை,
இலேசே, எச்சம், நோக்கே, துணிபே,
கருத்தே, செலுத்தலென் றீரைங் கிளவியும்
நெறிப்பட வருவது பனுவல் உரையே

4 பதின்மூன்று வகை: சூத்திரம் தோன்றல், சொல் வகுத்தல், சொற்பொருள் உரைத்தல், வினாதல், விடுத்தல், விசேடம் காட்டல், உதாரணம் காட்டல், ஆசிரிய வசனம் காட்டல், அதிகார வரவு காட்டல், தொகுத்து முடித்தல், விரித்துக்காட்டல், துணிவு கூறல், பயனொடு புணர்த்தல்.

5 ஏழுவகை: பொழிப்பு, அகலம், நுட்பம், நூல், எச்சம், பதப்பொருள் உரைத்தல், ஏற்புழிக்கோடல், எண்ணல்.

6 இரண்டுவகை: கண்ணழித்தல், விரித்துக் கொணர்ந்து உரைத்தல் – (யாப்பருங்கல விருத்தியுரை (பக். 12-13))

நன்னூல் பாயிரப் பகுதியில் உரைகள் பற்றிய பின்வரும் நூற்பா காணப்படுகிறது.

பாடம் கருத்தே சொல்வகை சொற்பொருள்
தொகுத்துரை உதாரணம் வினாவிடை விசேடம்
விரிவு அதிகாரம் துணிவு பயனோடு
ஆசிரிய வசனம் என்றுஈர்ஏழ் உரையே (நன்-21)

இந்தச் சூத்திரத்தில் உரையின் பதினான்கு கூறுகள் கூறப்பட்டுள்ளன. மேலும், வீரசோழிய உரையும் (காரிகை 178 உரை) சிற்சில வேறுபாடுகளுடன் இதைக் கூறுகின்றது.

மேலே காட்டிய எல்லா உரை வகைகளிலும் எடுத்துக்காட்டு என்பது உரையின் கூறுகளில் ஒன்றாகக் கூறப்பட்டுள்ளது. இதைக் குறிப்பதற்கு எடுத்துக்காட்டு, உதாரணம், இலக்கியம், வரலாறு, மேற்கோள் ஆகிய சொற்கள் வழங்கப்படுகின்றன. இவற்றுள் உதாரணம் என்பது சமஸ்கிருதச் சொல். மேற்கோள் என்பது பிற இலக்கண ஆசிரியர்களின் கருத்துகளை ஒப்பீட்டிற்காகக் காட்டுவதைக் குறிக்கும். இதை 'ஆசிரிய வசனம்' என்றும் கூறுவர். 'ஆசிரிய வசனம் எனினும் மேற்கோள் எனினும் பழஞ் சூத்திரத்தின் கோள் எனினும் ஒக்கும்' (நன்.

சூத். 9 உரை) என்று சங்கரநமச்சிவாயர் கூறுவதையும் நோக்க வேண்டும். எனவே, அதை எடுத்துக்காட்டு என்று கொள்ளக்கூடாது. பிற இலக்கண நூலாசிரியர்களின் கருத்துகள் என்றே கொள்ள வேண்டும்.

தொல்காப்பியத்தின் முதல் உரையாசிரியரான இளம்பூரணர் காட்டும் எடுத்துக்காட்டுகளையே பின்னர் வந்த தொல்காப்பிய உரையாசிரியர்கள் அனைவரும் பின்பற்றி வந்துள்ளனர். அப்படியானால் இளம்பூரணர்தான் தொல்காப்பியம் கூறும் இலக்கணங்களுக்கு ஏற்ற எடுத்துக்காட்டுகளைக் காட்டினார் அல்லது வடிவமைத்தார் என்று பொருள்படுகின்றது.

பின்னர் வந்த மற்ற நூல்களின் உரையாசிரியர்களும் குறிப்பாக நன்னூல் உரையாசிரியர்கள் இளம்பூரணர் காட்டிய அதே எடுத்துக்காட்டுகளையே காட்டுகின்றனர்.

ஏன் இவ்வாறு ஒரே எடுத்துக்காட்டுகளைக் காட்ட வேண்டும்? ஏன் வேறு எடுத்துக்காட்டுகளைக் காட்டுவதில்லை? இவ்வாறான கேள்விகள் எழுவதைத் தவிர்க்க முடிவதில்லை.

எடுத்துக்காட்டுகளைப் போலவே சில இலக்கணக் கூறுகளை விளக்க நூலாசிரியர்கள் வாய்பாடுகளைப் பயன்படுத்துகின்றனர். பெயரெச்சம், வினையெச்சம், யாப்பிலக்கணத்தில் வெண்பாவின் இறுதிச் சீர் (நாள், மலர், காசு, பிறப்பு) அசை, சீர் முதலியன வாய்பாட்டின் மூலம் விளக்கப்பெறும் இலக்கணங்களாகும். இவற்றையும் வேறு வாய்பாடுகள் மூலம் கூற முடியும் என்றாலும் மூல நூலாசிரியர் கூறிய அதே வாய்பாடுகளையே மற்றவர்களும் பின்பற்றுகின்றனர்.

இங்கு, எடுத்துக்காட்டுகளைக் காட்டுவது யாருடைய பணி? என்ற வினாவை எழுப்பிக் கொள்வோம். ஒரு மாணவன் இலக்கணத்தை அறிவதற்கு மூன்று ஆசிரியர்கள் தேவை. அவர்கள்,

அ) நூலாசிரியர்
ஆ) உரையாசிரியர்
இ) போதகாசிரியர்

ஆவர். இவர்கள் மூவரில் எடுத்துக்காட்டுகளைக் காட்டுதல் உரையாசிரியர்களின் பணியே என்பது பரவலாக உள்ள கருத்தாகும். இதற்குக் காரணம் நாம் இப்போது எந்த நூலையும் உரையின்றிப் படிப்பதில்லை. உரையில் சூத்திரங்களுக்குப் பொருள், மேலதிக விளக்கம், எடுத்துக்காட்டு முதலியவை உள்ளன. எனவே சூத்திரங்களுக்குப் பொருள் கூறும் உரையாசிரியரே எடுத்துக்காட்டுகளும் தருகின்றார் என்பது நமது பொது அறிவில் பதிந்துள்ள கருத்தாகும்.

உரையாசிரியர்களின் பணிகள் யாவை என்று நோக்கும்போது, சூத்திரம் நுதலுதல், பாடம்போற்றுதல், கண்ணழித்தல், பொழிப்புத் திரட்டல், உதாரணம் காட்டுதல், மேற்கோள் காட்டுதல் முதலியன உரையாசிரியர்களின் பணிகள் என்று கூறப்படுகின்றன.

சூத்திரம், படலம், ஓத்து, பிண்டம், நூற்குற்றம், அழகுகள், எழுவகை மதம், சூத்திர நிலை, (4) உத்திகள் இவையெல்லாம் நூல் அமைப்பு வைப்புமுறை, அணுகுமுறை பற்றிய கருத்துகளாக இலக்கண நூல்களில் கூறப்பட்டுள்ளன.

தமிழ் இலக்கணப் பரப்பில் பொதுவாக எடுத்துக்காட்டுகளைத் தருவது யார்? என்பது பற்றியுள்ள விவரங்கள் கீழே தொகுத்துத் தரப்பட்டுள்ளன.

1 புறப்பொருள் வெண்பாமாலை

ஆசிரியரே சூத்திரம், கொளு, எடுத்துக்காட்டு ஆகிய மூன்றையும் இயற்றியுள்ளார். உரை பிற்காலத்தில் வேறு ஒருவரால் (சாமுண்டி தேவநாயகர்) எழுதப்பட்டது. அவரும் மூல நூலாசிரியர் கொடுத்த அல்லது இயற்றிய எடுத்துக்காட்டுகளையே தருகின்றார்.

2 யாப்பருங்கலக் காரிகை

யாப்பருங்கலக் காரிகையில் இந்த இலக்கணத்திற்கு இதுவே எடுத்துக்காட்டு என்று அதன் ஆசிரியர் அமிதசாகரரே அவற்றை வரையறை செய்து விடுகின்றார். அந்த எடுத்துக்காட்டுச் செய்யுள்களை எல்லாம் தொகுத்து 'உதாரண முதல் நினைப்புக் காரிகை' என்ற பெயரில் அவரே அமைத்துத் தந்துவிடுகின்றார். இந்த நூலின் சிறப்புப் பாயிரத்தின் உரையில், 'மயேச்சுரர் யாப்பே போல் உதாரணம் எடுத்தோதி' (*யாப்பருங்கலக்*

காரிகை முதல் சூத்திர உரை) என்று கூறப்பட்டுள்ளது. எனவே, இந்த நூலிலும், மயேச்சுரரால் இயற்றப்பட்டுப் பின்னர் மறைந்துவிட்ட 'மயேச்சுரர் யாப்பு' என்ற நூலிலும் எடுத்துக்காட்டுகள் ஆசிரியராலேயே அமைக்கப்பட்டன என்று தெரிகின்றது.

3 பிரயோக விவேகம், தண்டியலங்காரம்

பிரயோக விவேகம் என்ற இலக்கண நூலை இயற்றிய சுப்ரமணிய தீட்சிதர் நூலுக்கு உரையும் தாமே எழுதியுள்ளார். அதில், "யாமும் பதிகமும் உரையும் செய்து உதாரணமும் காட்டினாம். தண்டியாசிரியர் மூலோதாரணம் காட்டினாற் போல யாமும் உரை எழுதியதல்லது மூலோதாரணமும் காட்டினாம்." (பிரயோக விவேகம் மூன்றாம் சூத்திர உரை ப. 20) என்று எழுதியிருப்பதால் இந்த நூலில் வரும் உதாரணங்களும் அவராலேயே தரப்பட்டன என்று அறியலாம். மேலும் தண்டியலங்காரத்தில் உள்ள உதாரணங்கள் பெரும்பாலும் மூல நூல் ஆசிரியராலேயே இயற்றப்பட்டவை. மற்ற நூல்களில் இருந்து எடுத்துக்காட்டப்பட்ட பாடல்களும் அவராலேயே அமைக்கப்பட்டவை என்பதை இதன் மூலம் அறியலாம்.

4 நம்பியகப்பொருள்

நாற்கவிராச நம்பி இயற்றிய இந்த நூலுக்கு எடுத்துக்காட்டுகள் ஆசிரியராலேயே அமைக்கப்பட்டவை என்று தெரிகின்றன. சில செய்யுள்கள் பிற்காலத்தில் கூடுதலாக இணைக்கப்பட்டவை. ஆசிரியரே உரை இயற்றியிருப்பதால் எடுத்துக்காட்டுகளும் அவராலேயே அமைக்கப்பட்டவை என்று தெரிகின்றன.

5 யாப்பருங்கல விருத்தியுரை

இதிலும் அமிதசாகரர் காட்டிய, யாப்பருங்கலக் காரிகையில் காட்டப்பட்ட பாடல்களே எடுத்துக்காட்டாகத் தரப்படுகின்றன.

. . . உதாரணம் ஆழிவெள்வேல்
வெறியே சுறா நிறம் விண்டோய் விளாம் என்று வேண்டுவரே
(யா. காரிகை சூத். 5)

சீர் வாய்பாடுகள் காரிகையில் 7, 8 ஆகிய சூத்திரங்களில் சொல்லப்பட்டுள்ளன. மூல நூலில் காட்டப்பட்டுள்ள வாய்பாடுகளையே உரையாசிரியரும் காட்டுகின்றார்.

இந்தச் சான்றுகளின் வழியே மூல இலக்கண நூல்களை இயற்றும் ஆசிரியர்களே எடுத்துக்காட்டுகளையும் அமைக்கும் வழக்கம் உள்ளதென்று தெரிகின்றது.

இனி, தொல்காப்பியத்தில் உள்ள எடுத்துக்காட்டுகளை உரையாசிரியர்களே காட்டினார்களா அல்லது மூல நூலாசிரியரான தொல்காப்பியரே காட்டினாரா என்ற கேள்வி எழுகின்றது. தொல்காப்பியத்தில் உள்ள எடுத்துக்காட்டுகள் இப்போது கிடைக்கும் முதல் உரை ஆசிரியரான இளம்பூரணர் காட்டியவையா அல்லது, அவருக்கும் முந்திய உரையாசிரியர் என்று அழைக்கப்படும் வேறு ஒருவர் காட்டியவையா என்ற ஐயம் உள்ளது. தொல்காப்பிய உரைகளுக்கு முன்னர் அதில் எடுத்துக்காட்டுச் செய்யுள்கள் இருந்தமை இளம்பூரணர் உரைக்கு முந்திய உரையாகிய *யாப்பருங்கல விருத்தியுரையில்* பல இடங்களில் பதிவாகியுள்ளது. சில இடங்கள் இங்கே தரப்படுகின்றன.

1 “இப்பாட்டுக்களும் செய்யுளியலுட் காட்டின எனக்கொள்க“ (367)

2 “மனைக்குப் பாழ் வாணுதலின்மை” என்ற செய்யுளை உதாரணம் காட்டி “இஃது அகவல் வெண்பா என்று செய்யுளியல் உடையார் காட்டிய பாட்டு” (229-230) என்று எழுதப்பட்டுள்ளது. இது நான்மணிக்கடிகையில் உள்ள செய்யுள் என்பது குறிப்பு. எனவே உரையாசிரியர்களுக்கு முன்பாகவே செய்யுளியலுக்கு காட்டுகள் தரப்பட்டுள்ளன.

3 “தண்டடைந்த திண்டோளாய்”, “அறந்தரு செங்கோலையன்ன” ஆகிய இரு செய்யுள்கள் தரப்பட்டு “இவை வெண்கூ வெண்பா என்று செய்யுளியலுடையார் காட்டிய பாட்டு” (229) என்று தரப்பட்டுள்ளன.

4 “தொடிநெகிழ்ந் தனவே” என்ற பாட்டைக்காட்டி, “இதனைச் செந்தொடையே என்று வழங்கினார் செய்யுளியல் உடையார் எனக்கொள்க” (205) என்று எழுதப்பட்டுள்ளது.

5 "துளியொடு மயக்கிய" என்ற செய்யுளைக் காட்டி இஃது இரண்டாம் எழுத்தின்மேல் ஏறிய உயிர் ஒன்றிய எதுகை. "இது செய்யுளியல் உடையார் காட்டிய பாட்டு." (142) என்ற குறிப்புத் தரப்பட்டுள்ளது.

"கட்டுரை வகையால்" என்ற தொல்காப்பியச் செய்யுளியல் 123ஆம் சூத்திரத்தைக் காட்டி, "என்று செய்யுளியலுடையார் ஓதிய பெற்றியால் வருவன எனக்கொள்க" (125) என்று எழுதியுள்ளமையும் சான்றாகும்.

இதற்கு மேலும் ஒரு சான்றும் உள்ளது. "நேர்க்கீழ்க் குற்றியலுகரம் வரினும் முற்றியலுகரம் வரினும் நேர்பு அசையாம். நிரைக்கீழ் குற்றியலுகரம் வரினும் முற்றியலுகரம் வரினும் நிரைபு அசையாம் என்றார் செய்யுளியலுடையார்" (92)

மேலே காட்டிய இடங்களில் உள்ள 'செய்யுளியலுடையார்' என்ற தொடர் தொல்காப்பியரையே குறிக்கும். யாப்பருங்கல விருத்தியுரையில் பல இடங்களில் 'செய்யுளியலுடையார் காட்டிய பாடல்' என்ற குறிப்பு உள்ளது மேலே காட்டப்பட்டது. செய்யுளியல் என்று வேறு ஒரு நூல் இல்லை. தொல்காப்பியச் செய்யுளியல் பிற்காலத்தில் யாப்பிலக்கண நூல்கள் பல்கிய காலத்தில் செய்யுளியல் என்ற பெயரில் தனியாக அவர்களால் குறிப்பிடப்பட்டது என்று தெரிகின்றது. எனவே, இந்த எடுத்துக்காட்டுகளைக் காட்டியவர் தொல்காப்பியர் என்றும் தெரிகிறது. மேலும் நேர்பு, நிரைபு அசைகளைக் கூறியவர் தொல்காப்பியரே என்பதனாலும் இது உறுதிப்படுகிறது.

பெரும்பான்மையான எடுத்துக்காட்டுகளில் உரையாசிரியர்களிடையே ஒப்புமை காணப்படுகின்றது. தொல்காப்பியர் காலச்சொற்கள், நூல்கள், வழக்குகள் ஆகிய இவை இக்காலத்தில் இல்லை என்று உரையாசிரியர்களே கூறுகின்றனர். ஆக எடுத்துக்காட்டாக ஒன்றைக் காட்டிவிட்டு இக்காலத்தில் இல்லை என்று கூறுவதைக் காணலாம். ஆகவே, எடுத்துக்காட்டுகள் இந்த உரையாசிரியர்களுக்கு முன்பாகவே வழக்கில் இருந்தன என்பதைத் தெளியலாம். எனவே, தொல்காப்பியத்தில் உள்ள எடுத்துக்காட்டுகள் அவராலேயே தரப்பட்டவை என்பது பெறப்படும்.

இதை மேலும் நேர், நிரை, நேர்பு, நிரைபு ஆகிய நான்கு அசைகளுக்கும், 84 சீர்களுக்கும் செய்யுளியலில் தொல்காப்பியர் காட்டும் வாய்பாடுகளையே எல்லா உரையாசிரியர்களும் பின்பற்றி வருவதைக்கொண்டும் மெய்ப்பிக்கலாம்.

கட்டுரையின் தொடக்கத்தில் கூறப்பட்ட சிக்கல் பற்றிச் சொல்லி இக்கட்டுரையை முடிக்கலாம். இலக்கண நூல்களைப் பொறுத்தவரை எடுத்துக்காட்டுகளைத் தருபவர் மூல நூல் ஆசிரியரே என்பது தக்க சான்றுகளுடன் இக்கட்டுரையில் கூறப்பட்டுள்ளது. அதையே வழிவழியாக உரையாசிரியர்கள் பின்பற்றி வருகின்றனர். பாடம் சொல்லும் போதக ஆசிரியர்கள் அதையே மாணவர்களுக்குக் கற்பித்து வருகின்றனர்.

உசாத்துணைகள்

இளங்குமரன் (பதி) இரா., 1973. *அமிதசாகரனார் இயற்றிய யாப்பருங்கலம், பழைய விருத்தியுரையுடன்.* சென்னை: திருநெல்வேலி சைவ சிந்தாந்த நூற்பதிப்புக் கழகம்.

கோபாலையர், தி.வே., (பதி) 1973. *சுப்பிரமணிய தீட்சிதர் இயற்றிய பிரயோக விவேகம் மூலமும் உரையும்,* தஞ்சாவூர்: சரசுவதி மகால் நூல் நிலையம்.

கோவிந்தசாமிப்பிள்ளை, இராம., (பதி) 1962. *நாற்கவிராச நம்பி இயற்றிய அகப்பொருள் விளக்கவுரை.* தஞ்சாவூர்: சரசுவதி மகால் நூல் நிலையம்.

சாமிநாதையர், உ.வே., (பதி) 1991. *புறப்பொருள் வெண்பாமாலை மூலமும் சாமுண்டி தேவநாயகரியற்றிய உரையும்,* சென்னை: உ.வே. சாமிநாதையர் நூல் நிலையம்.

தாமோதரன், அ., (பதி) 1999. *பவணந்தி முனிவர் இயற்றிய நன்னூல் மூலமும் சங்கர நமச்சிவாயர் செய்து சிவஞானமுனிவரால் திருத்தப்பட்ட புத்தம்புத்துரை என்னும் விருத்தியுரையும்,* சென்னை: உலகத் தமிழாராய்ச்சி நிறுவனம்.

எழுத்து, சொல் - இலக்கியங்களில் நம்பிக்கையும் பயனும்

எழுத்திலக்கணத்தையும் சொல்லிலக்கணத்தையும் மட்டும் கூறும் நேமிநாதம், நன்னூல் ஆகியவற்றுடன் ஐந்திலக்கண நூல்களிலும் எழுத்து, சொல் இலக்கணங்கள் உள்ளன. இந்த இரண்டு இலக்கண வகைகள் தவிர தமிழ் இலக்கண மரபில் வேறு நூல்கள் எழுத்து, சொல் பற்றிப் பேசுகின்றனவா? என்ற வினா எழுகின்றது. எழுத்துகளின் வகை, பிறப்பு, சந்தி என்ற முறைகள் தவிர வேறுவிதமான அணுகுமுறைகள் எழுத்து, சொல் பற்றி உள்ளனவா? என்ற வினாவும் எழுகின்றது. தமிழ் இலக்கணப் பரப்பில் அவ்வாறு வேறு விதமாக எழுத்துப் பற்றியும் சொல் பற்றியும் கூறும் நூல்கள் பற்றியும் அந்த நூல்களில் கூறப்படும் விதம் பற்றியும் அதன் அடிப்படைகள் பற்றியும் இந்தக் கட்டுரை விவாதிக்கின்றது.

முதலில் எழுத்து, சொல் இலக்கணங்களை விரிவாக ஆராயும் நூல்கள் பற்றியும் அவற்றின் அடிப்படைகள் பற்றியும் கூறிவிட்டு, மேலே கூறிய நூல்களுக்கு வரலாம்.

எழுத்து இலக்கணத்தையும் சொல் இலக்கணத்தையும் விரிவாக ஆராய்ந்த நூல் தொல்காப்பியம். அதற்குப் பின்னர் இந்த இரண்டு இலக்கணங்களையும் விரிவாக ஆராய்ந்த நூல் அவிநயம். ஆனால் இந்த நூல் இப்போது கிடைக்கவில்லை. பழந்தமிழ் இலக்கண உரைகளில் மேற்கோள் காட்டப்படும் சூத்திரங்களும் அந்த நூல்களில் உரையாசிரியர்கள் கூறும் கருத்துகளும் தான் இன்று அவிநயத்தை அறிவதற்கு நமக்கு இருக்கும் ஒரே வழி.

தொடர்ந்து நன்னூலும் அதன் உரைகளும் இலக்கண வரலாற்றில் சிறப்பிடம் பெறுகின்றன. நன்னூலில்,

எண், பெயர், முறை, பிறப்பு, உருவம், மாத்திரை
முதல், ஈறு, இடைநிலை, போலி என்றா
பதம் புணர்ப்பு எனப் பன்னிருபாற்றதுவே (எழுத்ததிகாரம் - 2)

என்று எழுத்திலக்கணம் இரண்டு வகையாக ஆராயப்படுவதாகக் கூறப்பட்டுள்ளது.

இதற்கு முன்னோடியாக அவிநயத்தில்,

எண், பெயர், முறை, பிறப்பு, அளவியல் வடிவு, புணர்தலோடு ஏழும்
பொருந்திய வழக்கே (நேமிநாதம் பாயிர உரை)

என ஏழு விதமாக எழுத்திலக்கணம் கூறப்பட்டதாகத் தெரிகிறது.

நன்னூல் சொல்லதிகாரத்தில் இவ்வாறு கூறப்படவில்லை. நூலின் இறுதியில் உள்ள ஒரு தனிச் சூத்திரத்தில் இவ்வாறு கூறப்பட்டுள்ளது.

இருதிணை, மூ இடம், நால் மொழி, ஐம்பால், அறுதொகை, ஏழ்
அரு வழு, எட்டு உருபு, ஒன்பான் தொகைநிலை, ஆய்ந்த எச்சம்
ஒருபது, கோள் எட்டு, முப்பொழுது, ஈர் இடம், ஓர் இயல்பாய்
வரும் மொழி மூன்றும் உணரச் சொல் வண்மை வரும் திருவே

என்ற சூத்திரம் காணக்கிடக்கின்றது. இதனால் சொல் இலக்கணம் இத்தனை வகையாய் ஆராயப்பட்டது என்பதை அறியலாம்.

தொல்காப்பியத்தில் எழுத்து, சொல் இலக்கணங்கள் கூறப்படும் முறை பற்றி இவ்வாறான சூத்திரம் எதுவும் காணப்படவில்லை. ஆனால் இதைப்பற்றி வேறு இடத்தில் இத்தகைய சூத்திரங்கள் உள்ளன.

வேற்றுமை எட்டும் திணை இரண்டும் பால் ஐந்தும்
மாற்றற்கு ஒத்த வழு ஏழும் - ஆறுஒட்டும்
ஏற்ற முக்காலம் இடம் மூன்றோடு இரண்டு இடத்தால்
தோற்ற உரைப்பதாம் சொல்

இவ்வாறு எட்டு வகையால் சொல் ஆராய்ந்தார் தொல்காப்பியனார்.

> திணை, பால், மரபு, செப்பு, இடம், சொல்
> இணையா எழுத்தொகையோடு எச்சம் - அணையாக்
> கவினையபார் வேற்றமையும் காலம் மயக்கும் கொண்டு
> அவிநயனார் ஆராய்ந்தார் சொல்.

இதேபோல் நேமிநாதத்தில்,

> ஏற்றும் திணை இரண்டும் பால்ஐந்தும் ஏழ்வழுவும்
> வேற்றுமை எட்டும் தொகை ஆறும் - மாற்றரிய
> மூன்றிடமும் காலங்கள் மூன்றும் இரண்டிடத்தால்
> தோற்ற உரைப்பதாம் சொல் (நேமிநாதம், சொல்-2)

என்று காணப்படுகின்றது.

இவற்றிலிருந்து மாறுபட்டு எழுத்து, சொல் பற்றி வேறு விதமாக இலக்கணம் கூறும் நூல்கள் பாட்டியல் நூல்கள் ஆகும். அவற்றில், பொருத்தவியல்/ முதன்மொழியியல், செய்யுளியல்/ பிரபந்தவியல், ஒழிபியல் என மூன்று பகுதியாகப் பிரிக்கப்பட்டு இலக்கணம் கூறப்பட்டிருக்கும்.

இப்போது கிடைக்கும் முதல் பாட்டியல் நூலான பன்னிரு பாட்டியலில் எழுத்தியல், சொல்லியல், இனவியல் என்றே பாகுபாடு உள்ளது. இங்கே காணப்படும் எழுத்தியல், சொல்லியல் ஆகியன முன்பு சொன்ன எழுத்து, சொல் இலக்கணங்களிலிருந்து மாறுபட்டிருக்கின்றன. பாட்டியல் நூல்களில் எழுத்தின் இலக்கணத்தைப் பற்றியும் சொல்லின் இலக்கணம் பற்றியும் பேச வேண்டியதன் அவசியம் என்ன? என்றும் பாட்டியல் நூல்களில் எவ்வாறு இந்த இலக்கணம் கூறப்பட்டுள்ளது என்றும் நோக்குகிறது இந்தக் கட்டுரை.

பொதுவாகப் பாட்டியல் நூல்கள் இடைக்காலத்தில் வள்ளல்களைப் புகழ்ந்து நூல் இயற்றிப் பரிசில் பெறும் புலவர்களுக்கான கையேடு என்ற நிலையில் உருவாக்கப்பட்டவை.

புரவலரைப் பாடிப் பரிசில் பெறும்போது அந்த நூலால் புரவலருக்கு நல்லது ஏற்பட வேண்டும். ஏதாவது தீமை ஏற்பட்டால் இந்த நூல் பாடப்பட்டதால்தான் அந்தத் தீமை ஏற்பட்டது என்ற பெயர் உண்டாகிவிடும். எனவே, எந்தத்

தவறும் நேராதபடி கவனமாக நூல் இயற்றவேண்டிய நிலை உருவானது.

இங்கே ஒரு எடுத்துக்காட்டை மட்டும் காட்டலாம்.

"தீயி னன்ன ஒண்செங் காந்தள்" (மலைபடுகடாம் 145)

என்ற அடிக்கு உரையெழும்போது, "இதற்கு நன்னன் என்னும் பெயர் தீயொடு அடுத்த தன்மையின் ஆனந்தமாய் பாடினாரும், பாட்டுண்டாரும் இறந்தாரென்று ஆளவந்த பிள்ளையாசிரியர் குற்றம் கூறினார்" என்று நச்சினார்க்கினியர் (பத்துப்பாட்டு: 621) எழுதியுள்ளார். இவ்வாறான நம்பிக்கைகள் அக்காலத்தில் நிலவின. ஆளவந்த பிள்ளை ஆசிரியர் கூறியுள்ள குற்றங்கள் பற்றி யாப்பருங்கல விருத்தியுரையில் விரிவாகக் கூறப்பட்டுள்ளது. (562-564)

அறம் பாடுதல் என்ற கருத்தாக்கத்தையும் இங்கு நினைத்துப் பார்க்க வேண்டும். செய்யுளில் அறம் வந்தால் பாடப்பட்டோருக்குத் தீமை விளையும் என்ற நம்பிக்கை இருந்தது. சிறந்த தெருக்கூத்துப் பனுவல் ஆசிரியரான கலவை குமாரசாமி ஆசிரியர் கதையிலும் இவ்வாறான ஒரு நிகழ்வு வருகிறது.

நந்திக் கலம்பகம் பற்றிய கதையையும் நினைத்துப் பார்க்க வேண்டும். 'நந்தி கலம்பகத்தால் மாண்ட கதை நாடறியும்' என்பது பழைய செய்யுள். இதன்வழியே இத்தகைய நம்பிக்கை இருந்துள்ளதை அறியமுடிகிறது. நந்திக் கலம்பகத்தில் அறம் இருந்ததால் அந்த நூலைக்கேட்ட நந்திவர்மன் இறந்தான் என்று அந்தக் கதை கூறுகிறது.

இவ்வாறு பாட்டுடைத் தலைவனுக்கு ஊறுநேராமல் இருப்பதற்கு அவர்கள் பின்பற்றிய வழி சோதிடம். நூலை இயற்றும் கவிஞர்கள் நூலுக்கும் பாட்டுடைத் தலைவனுக்கும் சோதிடப்படி பொருத்தம் உள்ளதா என்று ஆராய்ந்து நூல் இயற்றத் தொடங்கினர். அந்த வகையில் அவர்களுக்கு உதவும் கையேடாகத்தான் பாட்டியல் நூல்கள் உருப்பெற்றன.

இதற்கு வரையறுத்த பாட்டியலின் நூற்பயன் கூறும் செய்யுள் நல்ல உதாரணமாகும்.

> விளங்கிய மங்கலமே முதலாக விரித்த பத்தும்
> துளக்கு அற நாடும் பொருத்தமன்றே இல்லை; சொல்லறியா
> உளக்கவி வாணர் எனைப்போல நாள்தொறும் உண்பொருட்டால்
> வளக்கவி பாடிப் பிழைப்பது இந்நூலின் வரும்பயனே (3)

என்று உண்ணும் பொருட்டால் பாடிப் பிழைக்கும் கவிஞர்களுக்கு இந்தப் பாட்டியல் நூல் பயன் தரும் என்று எழுதியுள்ளார்.

இங்கே சோதிடம் எங்கே வந்தது என்ற கேள்வி எழலாம். பழங்காலத்தில் இத்தகைய நம்பிக்கைகள் மிகுதியாக இருந்தன. இலக்கியம் மட்டுமல்லாமல் சிற்பம், கட்டடம், இசை முதலான கலைகளிலும் சோதிடத்தின் அடிப்படையிலான நம்பிக்கைகள் நிலவின. இதைப் பற்றிப் பின்னர் கூறப்படும். ஆக, மேலே காட்டிய இந்தக் கலைகளில் வல்லவர்கள் முக்கியமாகச் சோதிடத்திலும் வல்லவர்களாக இருத்தல் அவசியம் என்ற சூழல் உருவானது.

தமிழில் உள்ள பாட்டியல் நூல்கள் பற்றிச் சுருக்கமாக இங்கே கூறுவது பொருத்தமாக இருக்கும். கிடைக்கும் முதற்பாட்டியல் பன்னிருபாட்டியல். இது உரை எதுவும் இன்றி உள்ளது. இதில் பழைய பன்னிரண்டு பாட்டியல் நூல்களிலிருந்து மேற்கோள்களும் காட்டப்பட்டுள்ள. அதாவது சூத்திரங்களும் மேற்கோளுமாக உள்ளது. இதில் உள்ள சூத்திரங்கள் மொத்தம் 368. இவற்றில் மேற்கோள் சூத்திரங்கள் 137. அடுத்துத் தோன்றியது குணவீரபண்டிதர் எழுதிய வெண்பாப் பாட்டியல் என்ற வச்சணந்திமாலை. இது வெண்பாக்களால் இயற்றப்பட்டது. அடுத்து நவநீதப் பாட்டியல். இது நவநீதநடர் என்பவரால் இயற்றப்பட்டது. இது கலித்துறையால் இயற்றப்பட்டது என்பதால் இதற்குக் கலித்துறைப் பாட்டியல் என்றும் பெயர் உள்ளது. தொடர்ந்து சிதம்பரப் பாட்டியல், சம்பந்தப் பாட்டியல், இலக்கண விளக்கப் பாட்டியல், முத்து வீரியப் பாட்டியல் முதலிய பல நூல்களும் தோன்றியுள்ளன.

பாட்டியல் நூல்களில் முதற்பிரிவு முதன்மொழியியல், பொருத்தவியல் முதலிய பெயர்களில் வழங்குகின்றது. (மொழியியல் என்ற சொல் முதலில் இங்குதான் ஆளப்பட்டுள்ளது, ஆனால் வேறு பொருளில்)

இதில் பத்துவிதமான பொருத்தங்கள் சொல்லப்பட்டுள்ளன. திருமணம் செய்யும்போது மணமகள், மணமகனுக்குச் சாதகப் பொருத்தம் பார்ப்பது போல் இங்கே பாட்டுடைத் தலைவனுக்கும் அவனைப் புகழ்ந்து பாடும் நூலுக்கும் இருக்க வேண்டிய சாதகப் பொருத்தங்கள் பேசப்படுகின்றன.

1 மங்கலம், 2 சொல், 3 எழுத்து, 4 தானம், 5 பால், 6 உண்டி, 7 வருணம், 8 நாள், 9 கதி, 10 கணம் ஆகியவையே இந்தப் பொருத்தங்கள்.

இது வெண்பாப் பாட்டியலில் சொல்லப்பட்டது. மற்ற பாட்டியல்களைவிட இதுவே அதிகமும் வழக்கில் உள்ளதால் இதை அடிப்படையாகக் கொண்டே இந்தக் கட்டுரை அமைந்துள்ளது. அதேசமயம் எல்லாப் பாட்டியல்களும் ஒரே விதமாக இருக்கும் என்று எண்ணிவிட முடியாது. சிற்சில வேறுபாடுகள் இருக்கும். முதல் பாட்டியலான பன்னிரு பாட்டியல் மற்றவற்றிலிருந்து பெருமளவில் வேறுபட்டுள்ளது.

1 மங்கலப் பொருத்தம்

பொதுவாக இலக்கண நூல்களில் முதலில் எழுத்திலக்கணத்தைச் சொல்லிவிட்டுப் பின்பு சொல் இலக்கணத்தைச் சொல்வது வழக்கம். ஆனால், பாட்டியல் நூல்களில் முதலில் சொல் பற்றிக் கூறப்படுகிறது. அதுவும் சொல்லின் அமைப்பையோ, பொருள் தரும் முறையையோ கூறுவது அல்ல. முதல் பொருத்தமான மங்கலப் பொருத்தம் என்பது மங்கலமான சொல்லை முதலில் வைத்து நூலைத் தொடங்க வேண்டும் என்பதாகும். மங்கலமான சொற்கள் இவை எனப் பாட்டியல் நூல்களே பட்டியல் தந்துள்ளன. இவற்றில் ஏற்ற சொல்லை முதலில் வைத்துத் தொடங்கினால் நூல் இனிது முடியும், பாட்டுடைத் தலைவனுக்கும் நல்லது நடக்கும் என்ற நம்பிக்கையின் அடிப்படையில் முதற்சொல் மங்கலமானதாக இருக்க வேண்டும் என்று பாட்டியல் நூல்களில் கூறப்பட்டுள்ளது. மங்கலச் சொற்களின் பட்டியல் பின்வருமாறு.

சீர், எழுத்து, பொன், பூ, திரு, மணி, நீர், திங்கள், சொல், கார், பரிதி, யானை, கடல், உலகம், தேர், மலை, மா, கங்கை, நிலம் முதலியன. இவற்றுடன் வேறு சொற்களையும் சேர்த்துக்

கூறுவர், இவற்றின் பரியாயப் பெயர்களையும் சேர்த்துக் கொள்ளலாம். இவ்வாறு மங்கலமான மொழியை முதலில் வைத்துத் தொடங்குவதன் அவசியம் கூறப்பட்டுள்ளது.

இந்த இடத்தில் தமிழ் இலக்கிய வரலாற்றில் சொல்லப்படும் கதைகளையும் எண்ணிப் பார்க்க வேண்டும். பல கவிஞர்களுக்கு நூலை முதலில் எவ்வாறு என்பதில் தொடங்குவதில் முட்டுக்கட்டை நேர்ந்துள்ளது. நேரும்போது வேறு வழியில்லாமல் இறைவனே வந்து அடியெடுத்துக் கொடுத்ததாகச் சொல்லப்படுகிறது. அவ்வாறு தரப்பட்ட சொற்கள் இந்தப் பட்டியலில் உள்ளவையே. உலகம் என்ற சொல்லே இதில் முதலில் நிற்கிறது. ‘உலகெலாம் உணர்ந்து’ என்ற பெரியபுராணம் தொடங்குதல் முதலியவற்றை நினைத்துப் பார்க்க வேண்டும்.

நூலின் முதலில் வரும் மங்கலச் சொற்கள் அடைமொழியோடு சேர்ந்தும் வரலாம், ‘மூவா முதலா உலகம்’ (சீவக சிந்தாமணி). மேலும், தமிழில் உள்ள நூல்கள் எல்லாம் இந்தப் பட்டியலில் கொடுக்கப்பட்டுள்ள சொற்களிலேயே தொடங்குவதையும் அறியலாம். இந்தச் சொற்கள் வளமையின் குறியீடுகளாக இருப்பதையும் அறியலாம்.

2 சொற்பொருத்தம்

மங்கலமான மொழி முதலில் அமையும்போது அது குற்றமற்றதாகவும் இருக்கவேண்டும் என்று கூறுவது சொற்பொருத்தம். முதன்மொழிக் குற்றம் என்பவை வகையுளி சேர்த்தல், வனப்பின்றி நிற்றல், பலபொருள் தருதல், பொருளின்றி நிற்றல், விகாரமுடையதாய் நிற்றல், பொருள் தெரியாது நிற்றல், ஈறு திரிந்து நிற்றல் முதலியவை. முதல்சொற்களில் இந்தக் குற்றங்கள் வரக்கூடாது. தோன்றல், திரிதல், கெடுதல் முதலிய விகாரங்களும் கூடாது என்று கூறுவதைக் கவனிக்க வேண்டும். எழுத்ததிகாரத்தில் சந்தி இலக்கணத்தில் தமிழ்ச் சொற்களில் ஏற்படும் தோன்றல், திரிதல், கெடுதல் பற்றி மிகவிரிவாகக் கூறிவிட்டு, அவை இங்கே வரக்கூடாது என்று பாட்டியல் நூல்கள் கூறுவதையும் நோக்க வேண்டும்.

3 எழுத்துப் பொருத்தம்

முதல்மொழியில் வரும் எழுத்துகள் பற்றிக் கூறுவது எழுத்துப் பொருத்தம். முதல் சொல்லில் எத்தனை எழுத்துகள் வரவேண்டும் என்று கூறகின்றன பாட்டியல் நூல்கள். இவ்வாறு எழுத்துகளைக் கணக்கிட்டுக் கூறும்போது மெய் எழுத்துகளையும் சேர்த்து எண்ண வேண்டும். முதல் சொல்லில் மூன்று, ஐந்து, ஏழு, ஒன்பது எழுத்துகள் வரலாம். அதாவது, வியனிலையாக (ஒற்றைப்படையாக) வரவேண்டும். இரண்டு, நான்கு, ஆறு, எட்டு எழுத்துகள் வரக்கூடாது. அதாவது, சமநிலையாக (இரட்டைப்படையாக) வரக்கூடாது.

4 தானப் பொருத்தம்

தானம் என்பது சோதிடத்தில் பாலன், குமரன், அரசன், மூப்பு, மரணம் என்ற ஐந்தாகும். ஒரு ஆண்மகனின் வயதின் அடிப்படையில் இவ்வாறு வகுக்கப்படுகிறது. முதலில் வரும் எழுத்து பாட்டுடைத் தலைவன் பெயரோடு பொருந்திப் போகவேண்டும். பொருத்தம் பின்வருமாறு கூறப்படுகின்றது.

பாலன் - அ, ஆ

குமரன் - இ, ஈ, ஐ

அரசன் - உ, ஊ, ஔ

மூப்பு - எ, ஏ

மரணம் - ஒ, ஓ

உயிர் எழுத்துகளையும் உயிர்மெய் எழுத்துகளையும் இவ்வாறு பிரித்துக்கொள்ள வேண்டும். பாட்டுடைத் தலைவன் பெயரின் முதல் எழுத்தைப் பாலன் என்ற தானமாகக் கொண்டு முதற்சொல்லின் முதல் எழுத்தோடு எண்ணிக் கணக்கிட்டுப் பார்க்க வேண்டும். அப்படிப் பார்க்கும் போது, பாலன், குமரன், அரசன் ஆகிய தானங்கள் வந்தால் நல்லது. அந்த எழுத்துகள் முதலில் அமையுமாறு நூலைத் தொடங்கலாம். மூப்பு, மரணம் ஆகிய தானங்கள் வந்தால் தீமை விளையும். எனவே அவற்றைக் கொள்ளக் கூடாது.

5 பால் பொருத்தம்

எழுத்துகளைப் பால் அடிப்படையில் பின்வருமாறு பிரிக்கின்றனர்.

குறில் - அ, இ, உ, எ, ஒ - ஆண் எழுத்து

நெடில் - ஆ, ஈ, ஊ, ஏ, ஐ, ஓ, ஔ - பெண் எழுத்து

மெய், ஆய்தம் - அலி எழுத்து.

இவ்வாறு பகுத்துவிட்டு ஆண்களைப் புகழ்ந்து பாடும்போது ஆண்பால் எழுத்து முதலில் வரவேண்டும். பெண்களைப் புகழ்ந்து பாடும்போது பெண்பால் எழுத்து முதலில் வரவேண்டும். இவை சிறுபான்மையாக மாறி வந்தாலும் குற்றம் இல்லை. அலி எழுத்தை முதலில் வைத்துப் பாடக்கூடாது.

இங்கே இரண்டு கருத்துகளைச் சொல்ல வேண்டும்.

அ) தமிழில் உயர்திணை, அஃறிணை ஆகிய இரண்டு திணைகளில் ஆண்பால், பெண்பால், பலர்பால், ஒன்றன்பால், பலவின்பால் என்று ஐந்து வகைப் பால்கள் உள்ளன. தமிழ்ச் சொற்கள் இந்தப் பால்களையே காட்டும். எழுத்துகள் பால் காட்டுவது தமிழ்மொழியில் இல்லை. சமஸ்கிருத மொழியில் ஆண், பெண், அலி என மூன்று பால்களே உள்ளன. சோதிடத்தின் அடிப்படையில் சமஸ்கிருத மொழியில் உள்ளவாறே மூன்று பால்கள் பிரிக்கப்படுகின்றன. மேலும், குறிலுக்கும் ஆண்பாலுக்கும் எவ்வகையான தொடர்பும் இல்லை. நெடிலுக்கும் பெண்பாலுக்கும் எவ்வகையான தொடர்பும் இல்லை. அதேபோல மெய் எழுத்துக்கும் அலிப்பாலுக்கும் தொடர்பு இல்லை. இவ்வாறு இருக்க, மேலே காட்டிய பகுப்பு முறை செயற்கையானதாகவும் பொருத்தமின்றியும் இருப்பதை அறியலாம்.

ஆ) தமிழில் உயிர் எழுத்துகளும் உயிர்மெய் எழுத்துகளுமே மொழி முதலில் நிற்பவை. மெய் எழுத்துகளும் ஆய்த எழுத்தும் மொழி முதலில் வராது. எனவே அலி எழுத்து முதலில் வரக்கூடாது என்று கூறுவது பயனற்றதாகவே உள்ளது.

இந்த வகையில் பால் பொருத்தம் என்பது தமிழ்மொழிக்குப் பொருத்தமாக இல்லாததை நோக்க வேண்டும்.

6 உணாப் பொருத்தம்

சோதிடத்தில் உணவு என்பது அமுதம், நஞ்சு என இருவகைப்படும். தமிழ் எழுத்துகளை அமுத எழுத்து, நஞ்செழுத்து என்று இருவகையாகப் பின்வருமாறு பாட்டியல் நூல்கள் பகுக்கின்றன.

அமுத எழுத்துகள் - க, ச, த, ந, ப, ம, வ ஆகிய மெய்கள், அ, இ, உ, எ ஆகிய உயிர்க் குறில்கள்.

நச்செழுத்துகள் - ய், ர், ல் ஆகிய மெய்கள்

யா, ரா, லா, யோ, ரோ, லோ, ஆய்தம், அளபெடைகள்(2), மகரக்குறுக்கம், ஆய்தக் குறுக்கம் ஆகிய 14.

7 வருணப் பொருத்தம்

எழுத்துகளை, அந்தணர், அரசர், வேளாளர், சூத்திரர் என்று வகைப்படுத்துகின்றன பாட்டியல் நூல்கள்.

அந்தணர் - உயிர் எழுத்துகள், க், ங், ச், ஞ், ட், ண்.
அரசர் - த், ந், ப், ம், ய், ர்.
வணிகர் - ல், வ், ற், ன்.
சூத்திரர் - ழ், ள்.

மேலும் இந்த எழுத்துகளைப் படைத்த கடவுளர்களைப் பற்றியும் கூறப்பட்டுள்ளது.

உயிர் - பிரமன்
க், ங் - சிவன்
ச், ஞ், - திருமால்
ட், ண் - முருகன்
த், ந் - புதன், இந்திரன்
ப், ம் - சூரியன்
ய், ர் - சந்திரன்
ல், வ் - கூற்றுவன், குபேரன்
ழ், ள் - வருணன், கூற்றுவன்
ற், ன் - வியாழன், குபேரன், வருணன்

முதற்சீரில் பாட்டுடைத் தலைவன் வருணத்திற்குக் தக்க எழுத்தை அமைத்துப் பாட வேண்டும் என்று பாட்டியல் நூல்கள் கூறுகின்றன.

8 நாட்பொருத்தம்

தமிழில் மொழிமுதலில் வரும் எழுத்துகளை 27 நட்சத்திரங்களுக்கு உரிய எழுத்துகளாகப் பிரித்து அதன் அடிப்படையில் பாட்டுடைத் தலைவன் பெயரில் உள்ள முதல் எழுத்திற்கும் மங்கலச் சொல்லின் முதலெழுத்தின் நாளுக்கும் பொருந்துமாறு அமைக்க வேண்டும் என்று கூறுவது நாட்பொருத்தம். எழுத்துகளும் 27 நாட்களும் பின்வருமாறு பிரிக்கப்பட்டுள்ளன.

அ, ஆ, இ, ஈ - கார்த்திகை
உ, ஊ, எ, ஏ, ஐ - பூராடம்
ஒ, ஓ, ஔ - உத்திராடம்
க, கா, கி, கீ - திருவோணம்
கு, கூ - திருவாதிரை

இப்படியாகப் போகின்றது இந்தப் பட்டியல்.

பாட்டுடைத் தலைவன் பெயரின் முதல் எழுத்தின் அடிப்படையில் இந்தப் பொருத்தம் அமைக்கப்படுகிறது. இருபத்தேழு நட்சத்திரங்களையும் ஒன்பது ஒன்பது நட்சத்திரங்கள் கொண்ட மூன்று கூறாக்க வேண்டும். இதில் பாட்டுடைத் தலைவன் பெயரின் முதல் எழுத்திலிருந்து கணக்கிட்டால் இரண்டு, நான்கு, ஆறு என வரும் நாளுக்கு உரிய எழுத்துகள் முதற்சொல்லின் முதலில் வரலாம். ஒற்றைப் படையில் வரும் எழுத்துகள் வரக்கூடாது. எட்டு, எண்பத்தெட்டு ஆகியவையும் வரக்கூடாதவை.

9 கதிப்பொருத்தம்

கதி என்பது தேவகதி, மக்கட்கதி, விலங்கின்கதி, நரககதி என நான்கு வகைப்படும். நான்கு கதிகளுக்கும் உரிய எழுத்துகள் பின்வருமாறு:

அ, இ, உ, எ, க், ச், ட், த், ப் - தேவகதி

ஆ, ஈ, ஊ, ஏ, ங், ஞ், ண், ந், ம்	-	மக்கட்கதி
ஒ, ஓ, ய், ர், ல், ழ், ற்	-	விலங்கின்கதி
ஐ, ஔ, ள், வ், ன்	-	நரககதி

இவற்றில் தேவ கதியும், மனித கதியும் முதற்சொல்லின் முதலில் வரலாம். மற்றவை வரக்கூடாது.

10 கணப்பொருத்தம்

செய்யுளின் முதற் சீர் மூவசைச் சீராக வரவேண்டும். மற்றவை வருதல் கூடாது. அவ்வாறு வரும் மூவசைச் சீர்கள் எட்டு வகைப்படும்.

முதல்நேர்	கூவிளங்கனி	-	நீர்
இடை நேர்	புளிமாங்கனி	-	மதி
இறுதி நேர்	கருவிளங்காய்	-	வானம்
முற்றும் நேர்	தேமாங்காய்	-	துறக்கம்
முதல் நிரை	புளிமாங்காய்	-	தீ
இடை நிரை	கூவிளங்காய்	-	பரிதி
இறுதி நிரை	தேமாங்கனி	-	காற்று
முற்றும் நிரை	கருவிளங்கனி	-	நிலம்

இவற்றில் நீர், மதி, வானம், துறக்கம் ஆகியவை நல்லவை. மற்றவற்றைத் தவிர்க்க வேண்டும்.

இந்தப் பாகுபாடும் சமஸ்கிருதத்தின் அடிப்படையிலானது. மேலே காட்டியவாறு லகு, குரு ஆகியவற்றை மும்மூன்றாகச் சேர்த்து வரும் கணங்களுக்கு (சீர் போன்றது) சமஸ்கிருதத்தில் வழங்கும் பெயர்களே இவை. எனவே இவை பொருத்தமில்லாதவை. மேலும் கூவிளங்கனி, புளிமாங்கனி. தேமாங்கனி, கருவிளங்கனி ஆகிய நான்கு கனிச்சீர்களும் வஞ்சியுரிச் சீர்களாக, வஞ்சிப்பாவில் வரும் சீர்களாகத் தமிழில் கொள்ளப்படுகின்றன. வஞ்சியுரிச் சீர்கள் மற்ற பாக்களில் வந்து பயிலா. எனவே, இவற்றை முதற்சீரில் அமைத்தால் வஞ்சிப்பாவாகவே பாட வேண்டிவரும். தமிழில் ஆசிரியம், வெண்பா, விருத்தம், கட்டளைக் கலித்துறை முதலிய யாப்பு வடிவங்களே மிகுதியாக உள்ளன. அதிலும்

வஞ்சிப்பாவில் இயற்றப்பட்ட பாக்களைக் காண்பதே அரிது. மேலும், ஈரசைச் சீரால் தொடங்கும் பாடல்களே மிகுதியாக உள்ளன. எனவே இதுவும் பொருத்தமற்றது என்பதை அறியலாம்.

இது வரை எழுத்து, சொல் இலக்கணங்களை நாம் அணுகிய முறையிலிருந்து பாட்டியல் நூல்கள் வேறு விதமாக அணுகுவதை அறிய முடிந்ததது. மொழி இலக்கணத்தில் மொழியில் வரும்போது எழுத்து, சொல் ஆகிய இலக்கணங்கள் பற்றி மிகவும் விரிவாக ஆராயப்பட்டுள்ளது. இலக்கியத்தில் வரும்போது, குறிப்பாக ஒருவனைப் பாடிப் பரிசில் பெறும் நிலையில் இயற்றப்படும் இலக்கியங்களில் எழுத்தும் சொல்லும் பெறும் முக்கியத்துவமும், அணுகப்படும் விதமும் வேறாக இருப்பதை மேலே காட்டிய சான்றுகள் உறுதிப்படுத்தும்.

எழுத்து, சொல் இலக்கணங்களை ஆராய்பவர்கள் இவற்றைக் கண்டுகொள்வதில்லை. பாட்டியல் நூல்களை ஆராய்பவர்கள் இரண்டையும் சேர்த்துப் பார்ப்பதில்லை. எனவே, இரண்டு விதமான ஆய்வுகளையும் இணைத்துப் பார்த்தல் அவசியம். இது நமது இலக்கிய ஆக்க முறையைப் பற்றி அறிந்து கொள்வதற்கு மிகவும் அவசியமானதாகும். இங்குப் பாட்டியல் நூல்களில் கூறப்பட்டுள்ள பொருத்தம் பற்றிய பகுதி மட்டுமே காட்டப்பட்டது. ஒழிபியல் பகுதியில் இதைப்போன்ற வேறு கருத்துகள் நிரம்பியுள்ளன.

இங்கே இரண்டு கேள்விகளை எழுப்பிக்கொள்ளலாம்.

அ) இவ்வாறாகச் சோதிடத்தின் அடிப்படையில் பொருத்தங்களை அமைக்க வேண்டும் என்ற கருத்தாக்கம் எப்பொழுது தொடங்கியது, ஏன் தொடங்கியது? இதற்கு விடை அளித்துவிட்டு அடுத்த வினாவிற்குப் போகலாம்.

ஒருவரைப் புகழ்ந்து பாடிப் பரிசு பெறுவதற்காக நூல் இயற்றும் காலத்தில், இந்த நூலால் அவருக்கு நன்மையே ஏற்பட வேண்டும், சிறிதும் தீமை ஏற்படக்கூடாது என்ற கருத்தாக்கம் மேலோங்கியது. எனவே, மொழிக்கும் அறிவுக்கும் பொருத்தம் இல்லாத இத்தகைய கருத்துகள் தோன்றின என்று கொள்ள வேண்டியுள்ளது.

ஆ) இதேபோன்ற சோதிடத்தின் அடிப்படையிலான நம்பிக்கைகள் வேறு இடங்களில் உள்ளதா? அதாவது வேறு கலைகளில் இவ்வாறு உள்ளதா? இந்தக் கேள்விக்குச் சற்று விரிவாகவே விடைஅளித்தல் வேண்டும்.

இசைக்கலை, நாடகக்கலை, சிற்பக்கலை ஆகியவற்றில் இந்த விதமான அணுகுமுறைகள் உள்ளன. குறிப்பாக இசைக்கலையில் இராகங்களை ஆண்ராகம் பெண்ராகம் என்று பிரிக்கின்றனர். நாடகக்கலை நூல்களில் நான்கு பாக்களையும் நான்கு வருணமாகப் பிரிக்கின்றனர்.

சிற்பக்கலையில் இத்தகைய நோக்கு மிகவும் விரிவாகவே உள்ளது. ஒருவர் ஒரு கோயிலைக் கட்டும்போது கோயில் கட்டுவதால் அவருக்கு நன்மையே விளைய வேண்டும். மாறாக, ஏதாயினும் தீமை ஏற்பட்டால் கோயில் கட்டியதாலேயே தீமை ஏற்பட்டதாகச் சொல்லிவிடுவர். பெரும் பொருள் செலவிட்டுக் கோயில் கட்டும் போது அதனால் தீமை ஏற்படுமானால் பிறகு யாரும் கோயில் கட்ட முன்வரமாட்டார்கள். எனவே, கோயில் கட்டும்போது பல விதங்களிலும் சிந்தித்துச் செயல்படுவார்கள். கோயில் கட்டுபவரை எசமான் என்றும் கர்த்தா என்றும் சிற்ப நூலார் அழைப்பார்கள். அவரது சாதகத்திற்கும் அவரால் கட்டப்படும் கோயிலுக்கும் பொருத்தம் அமைய வேண்டும் என்ற நம்பிக்கை அங்கே மிகுதியாக உள்ளது. மேலே காட்டிய விதங்களில் பொருத்தங்கள் பார்க்கப்படும்.

கோயில் கட்டப் பயன்படும் கல், மரம் முதலியவற்றையும் ஆண், பெண், அலி என மூன்று வகையாகப் பிரிப்பார்கள். அவற்றில், ஆண் சிலையைச் செய்ய ஆண்மரமும் ஆண் கல்லும், பெண் சிலையைச் செய்ய பெண் மரமும் பெண் கல்லும் ஏற்றவை. அலி மரத்தாலோ கல்லாலோ சிலைகளைச் செய்யக் கூடாது. கர்த்தாவின் வலது கையின் நடுவிரலின் நடுக்கணுவே அடிப்படை அலகாக அமையும். அதைக்கொண்டே சிலைகளை அமைப்பார்கள். இவ்வாறான பொருத்தம் பற்றிய கருத்துகள் கட்டட, சிற்பக்கலையில் மிகுதியாக உள்ளன.

பாட்டியல் நூல்களுக்கு முன்பே இத்தகைய கருத்துகள் பல தமிழ் இலக்கிய உலகில் நிலவின என்று தெரிகின்றது. இவ்வாறு ஆளவந்தபிள்ளை ஆசிரியர் என்பவர் பல நூல்களுக்குக் குற்றம்

கூறியிருக்கிறார். எனவே இத்தகைய குற்றங்களைக் களைந்து நூல் இயற்றுவதற்காகவே பாட்டியல் நூல்களில் சொல், எழுத்துப் பொருத்தங்களைக் கூறியிருக்கின்றனர் என்ற முடிவுக்கு வரமுடிகிறது.

உசாத்துணைகள்

இராமலிங்கத் தம்பிரான், கொ., (பதி) 1976. *வெண்பாப் பாட்டியலும் வரையறுத்த பாட்டியலும்*. சென்னை: சைவ சித்தாந்த நூற்பதிப்புக் கழகம்.

இளங்குமரன், இரா., (பதி) 1973. *அமிதசாகரனார் இயற்றிய யாப்பருங்கலம் (பழைய விருத்தியுரையுடன்)*. சென்னை: சைவ சித்தாந்த நூற்பதிப்புக் கழகம்.

கோவிந்தராச முதலியார், கா.ர., (பதி) 1956. *நேமிநாதம்*. சென்னை: சைவ சித்தாந்த நூற்பதிப்புக் கழகம்.

---- (பதி) 1978. *பன்னிரு பாட்டியல்*. சென்னை: சைவ சித்தாந்த நூற்பதிப்புக் கழகம்.

சாமிநாதையர், உ.வே., (பதி) 1946. *நன்னூல் மயிலைநாதர் உரை*. சென்னை.

---- (பதி) 1985. *சிலப்பதிகார மூலமும் அரும்பதவுரையும் அடியார்க்குநல்லாருரையும்*. தஞ்சாவூர்: தமிழ்ப் பல்கலைக்கழகம்.

சீனிவாசன், இரா. 2000. *தமிழ் இலக்கண மரபுகள்*, சென்னை: தி பார்க்கர்.

சுப்பிரமணிய சாஸ்திரி (பதி) 1960. *காசியப சிற்ப சாஸ்திரம்*. தஞ்சாவூர்: சரஸ்வதிமகால் நூல்நிலையம்.

தேவநாதாச்சாரியர் (பதி) 1989. *சில்பரத்தினம்*, தஞ்சாவூர்: சரஸ்வதிமகால் நூல்நிலையம்.

பிங்கல நிகண்டு. 1978. சென்னை: சைவ சித்தாந்த நூற்பதிப்புக் கழகம்.

வையாபுரிப்பிள்ளை, எஸ்., 1943. *நவநீதப் பாட்டியல்*. சென்னை.

புலமை இலக்கணம்: புதிய நோக்கும் இலக்கண மரபின் விரிவாக்கமும்

காலம்தோறும் தமிழ் இலக்கண மரபு விரிவடைந்து வந்துள்ளதை இலக்கண வரலாறு காட்டுகிறது. இலக்கண நூல்கள் உருவான காலத்தைக் கணக்கிட்டுப் பார்க்கும்போது பத்தொன்பதாம் நூற்றாண்டில் இலக்கணத்தின் பிரிவுகளில் விரிவாக்கம் ஏற்பட்டுச் சில புதிய வகை இலக்கணப் பகுதிகள் இணைக்கப்பட்டுள்ளதைக் காண முடிகிறது. இதில் மிகுதியாகச் செயல்பட்டவர் என்று தண்டபாணிசுவாமிகளையே சொல்ல முடிகிறது. புலமை இலக்கணம் என்ற ஆறாம் பகுதி, தவ இயல்பு என்ற ஏழாம் பகுதி, வண்ணத்தியல்பு என்ற வண்ணப் பாடல்களின் இலக்கணம் ஆகியவை இவரது பங்களிப்புகள். இவரோடு விருத்தப் பாவினத்தின் இலக்கணத்தைக் கூறியுள்ள வீரபத்திர முதலியாரையும் நாம் சேர்த்துக்கொள்ள வேண்டியுள்ளது.

இலக்கண வகைகளின் ஒவ்வொரு பிரிவுக்கும் இவர் இடும் பெயர் இயல்பு என்றே முடிகிறது. அதாவது, இது அந்தக் குறிப்பிட்ட இலக்கணத்தின் இயல்பு என்பதே இவரது நிலைப்பாடு.

புதிய இலக்கணக் கூறுகளை அறிமுகப்படுத்தியுள்ள இந்த இலக்கணப் பகுதிகளில் இவரது கூற்றில் வரும் தன்முனைப்பு எத்தகையது என்றும் பார்க்க வேண்டியள்ளது. இதுவரை இல்லாத, இவரால் புதிதாகச் சேர்க்கப்பட்டுள்ள இலக்கணக் கூறுகள் பற்றிக் கூறுமிடங்களில் உள்ள வாசகங்களைத் தொகுத்துப் பார்க்கும்போது, அந்த இலக்கணங்களுக்கும் இதைச்சொல்லும் இவருக்குமான உறவுநிலைபற்றி அறியலாம்.

அதாவது, இதுவரை இல்லாத இந்த இலக்கணப் பிரிவை நான் முதலில் கூறுகிறேன், இதை நீங்கள் ஏற்றுக்கொள்ள வேண்டும் என்ற வாய்பாட்டில் இவருடைய கூற்று உள்ளதா என்றும் பார்க்க வேண்டியுள்ளது. குறிப்பாக, புலமை இலக்கணம் கூறும் பகுதிகளில் இவ்வாறான கருத்துகள் உள்ளனவா என்றும் பார்க்க வேண்டும். அதேநேரம் தமிழின் பெரும்பாலான இலக்கண ஆசிரியர்கள் போலவே இவரும் தான் கூறும் இலக்கணத்திற்குப் பெயர் விளக்கம் முதலியனவற்றைத் தருவதில்லை.

1 மரபிலக்கணத்தின் முற்றுப்புள்ளி

பத்தொன்பதாம் நூற்றாண்டு தமிழ் இலக்கிய வரலாற்றின் திருப்புமுனையாக விளங்கிய காலப்பகுதி. மூன்று வகையான புலைமையாளர்களைக் காண முடிகிறது. அ) மரபுவழிப் புலமை மட்டும் பெற்றவர்கள். ஆ) நவீனப் புலமைத் தளத்தில் இயங்கியவர்கள். இ) இரண்டு விதமான புலமைகளும் பெற்றவர்கள். முதல்வகைக்கு அந்த நூற்றாண்டில் வாழ்ந்த பெரும்பாலான ஆளுமைகளைக் காட்டலாம். மூன்றாம் வகைக்கு ஆறுமுகநாவலர், சி.வை. தாமோதரம் பிள்ளை, வேதநாயகம் பிள்ளை முதலியவர்களைக் காட்டலாம். தண்டபாணி சுவாமிகள் பழைய மரபுவழிப் புலமையாளராக இருந்தவர், நவீனப் புலமை அவரிடம் இல்லை என்பதை அவருடைய நூல்களைப் பார்க்கும் எவரும் கூறிவிட முடியும்.

இவருக்கு நவீன காலப் புலமை இல்லாவிட்டாலும் கூடப் பண்டை மரபின் தொடர்ச்சியாகத் தமிழ் இலக்கிய வரலாற்றைக் கட்டமைக்கும் முனைப்பு இருந்தது. எனவே, தமிழ் இலக்கிய வரலாற்றுத் தேடலின் தொடக்கப் புள்ளியாகவும் மரபிலக்கணத்தின் கடைசிக் கண்ணியாகவும் ஒரே நேரத்தில் இவர் விளங்கினார். இதைப் பற்றி இந்தக் கட்டுரையின் பிற்பகுதியில் விளக்கப்படும்.

மரபிலக்கணம் பத்தொன்பதாம் நூற்றாண்டில் முடிவுக்கு வருகிறது. அதாவது, மரபான முறையில் தமிழ்மொழிக்கு இலக்கணம் உருவாக்கும் முயற்சி பத்தொன்பதாம் நூற்றாண்டில் முத்துவீர உபாத்தியாயர், தண்டபாணி சுவாமிகள், வீரபத்திர முதலியார் ஆகியோருடன் முற்றுப் பெறுகிறது.

இறுக்கமான மொழியில் செறிவான சூத்திரங்களால் இயற்றப்படுதல், இதை முன்பே அறிந்தவர்களால் விரித்து உரைக்கப்பட்டால் தவிர புரிந்துகொள்ளுதல் சாத்தியம் இல்லாத நிலை, எடுத்துக்காட்டு, உரை முதலிய துணையன்களை வேண்டிநிற்றல், பல கருத்துகளில் ஒன்றைச் சுட்டிச்செல்லுதல், காரணங்களை வெளிப்படையாகச் சொல்லாத நிலை முதலியவை மரபிலக்கணத்தின் அடிப்படைகள். இது செய்யுள் நடை வழக்கிலிருந்த காலத்திற்கு உரியது. மனப்பாடத்தை அடிப்படையாகக் கொண்ட கல்வி மரபில் ஆசிரியரிடம் நேர்முகமாகப் பாடம் கேட்ட காலத்திற்கு உரியது மரபிலக்கணம்.

இருபதாம் நூற்றாண்டுக் கல்வி முறை நவீனத் தன்மை கொண்டது. இந்த நூற்றாண்டில் மொழி இலக்கணம் மரபு வழியிலிருந்து மாற்றம் பெற்று, மொழியியல் அணுகுமுறையாகப் பரிணாமம் பெற்றது. உண்மையில் இது பத்தொன்பதாம் நூற்றாண்டிலேயே தொடங்கிவிட்டாலும் (கால்டுவெல் அவர்களின் நூல்) இருபதாம் நூற்றாண்டில் நன்கு உருவாக்கம் பெற்றுவிட்டது. மேலும், இருபதாம் நூற்றாண்டு உரைநடையை ஊடகமாக ஏற்றுக்கொண்ட காலம். எனவே, மரபுவழிப் பனுவல் உருவாக்கத்திற்கான தேவை இல்லாமல் போய்விட்டது. உரைநடை யுகம் என்பது அச்சு ஊடகத்தையும் வாசிப்பு என்பதையும் மையமாகக் கொண்டது. இங்கு மனப்பாடத்திற்கான தேவை இருக்கவில்லை. எனவே, இது நூற்பாக்களின் காலமாக இருக்கவில்லை.

அறுவகை இலக்கணம் மரபிலக்கணத்தையே விரிப்பதாக இருந்தாலும் அதில் புலமை இலக்கணம் என்ற புதிய ஒரு பகுதியை இவர் சேர்த்திருப்பதால், இந்தக் கட்டுரை புலமை இலக்கணம் பற்றி ஆராய முற்படுகிறது.

2 காலம்தோறும் தமிழ் இலக்கண மரபில் விரிவாக்கம்

இயற்றமிழ் இலக்கண மரபில் தோன்றிய நூல்களை மட்டும் கருத்தில்கொண்டு இந்தப் பகுதி அமைகிறது. இசை, நாடக இலக்கண நூல்களின் உருவாக்கத்தையும் அவற்றில் நிகழ்ந்த விரிவாக்கங்களையும் இங்கு பேசவில்லை.

தமிழ் இலக்கண மரபு ஐந்திலக்கண மரபாகக் கூறப்பட்டாலும் கிடைக்கும் முதல் நூலான தொல்காப்பியத்தில் ஐந்திலக்கண அமைப்பு இல்லை. பொருளதிகாரத்தில் யாப்பும் அணியும் உள்ளது என்று ஒரு வாதத்தை முன்வைத்தாலும் அதில் உள்ள மெய்ப்பாடும் மரபியலும் பிற்காலத்தில் தவிர்க்கப்பட்டதையும், வனப்பு, பண்ணத்தி முதலியவை பிற்காலத்தில் வளர்த்தெடுக்கப்படாததையும் கவனத்தில் கொள்ளவேண்டியுள்ளது.

முதல் கட்ட விரிவாக்கம் – பாட்டியல்

எழுத்து, சொல், பொருள், யாப்பு ஆகிய இலக்கணங்களுக்குப் பிறகு பாட்டியல் நூல்கள் தோற்றம் கொண்டதையும் அது ஐந்திலக்கணத்தில் சேர்க்கப்படாததையும் காணமுடிகிறது. இறையனார் களவியல் உரையின்படி எழுத்து, சொல், பொருள், யாப்பு ஆகியவையே இலக்கணத்தின் கூறுகள். இவற்றுடன் பாட்டியல் நூல்கள் தோற்றம் பெற்றது முதல்கட்ட விரிவாக்கம் எனலாம். யாப்பிலக்கண நூல்கள் தனியே பிரித்து இயற்றப்பட்டதையும் பொருள் இலக்கணத்துடனான தொடர்பை இழந்ததையும் விரிவாக்கம் என்று கொள்வதற்கில்லை. பாட்டியல் ஆசிரியர்களின் பெயர்களையும் சில சூத்திரங்களையும் யாப்பருங்கல விருத்தியுரை தருகிறது. இன்று கிடைக்கும் முதல் பாட்டியலான பன்னிருபாட்டியல் ஒன்பதாம் நூற்றாண்டைச் சேர்ந்தது என்று ஆய்வாளர்கள் கூறுகின்றனர். எனவே, முதல்கட்ட விரிவாக்கம் பத்தாம் நூற்றாண்டிற்கு முன்பே நிகழ்ந்துவிட்டது.

இரண்டாம் கட்ட விரிவாக்கம் – அணி

இன்று கிடைக்கும் முதல் ஐந்திலக்கண நூலான வீரசோழியத்தில் எழுத்து. சொல், பொருள், யாப்பு, அணி என்ற ஐந்தும் இலக்கணத்தின் கூறுகளாக ஏற்கப்பட்டன. இதற்குப் பின்னர் தமிழ் ஐந்திலக்கண மரபைக் கொண்டது என்று நிலைபெற்றுவிட்டது. ஆனால், இதற்கு முன்பே இந்த விரிவாக்கம் நிகழ்ந்துவிட்டது. யாப்பருங்கல விருத்தியுரைக்கும், திவாகர நிகண்டுக்கும் முன்பே அணி இலக்கணம் தமிழில் தோன்றிவிட்டது. அணியியல் என்ற நூலின் பெயரையும் அதில் உள்ள அணிகளையும்

யாப்பருங்கல விருத்தியுரை சுட்டுகிறது. இதையே இரண்டாம் கட்ட விரிவாக்கம் எனலாம்.

மூன்றாம் கட்ட விரிவாக்கம் - புலமை இலக்கணம்

ஐந்திலக்கணத்தோடு புலமை இலக்கணம் என்ற ஆறாம் இலக்கணத்தைச் சேர்த்ததை மூன்றாம் கட்ட விரிவாக்கம் எனலாம்.

இவற்றுடன் யாப்பின் சிறு கூறுகளான, வண்ணம் பற்றி இந்த ஆசிரியரால் இயற்றப்பட்ட நூலும் விருத்தங்கள் பற்றி வீரபத்திர முதலியாரால் இயற்றப்பட்ட நூலும் இருந்தாலும் அவற்றை இலக்கணத்தின் விரிவாக்கம் என்று கொள்ள இயலாது. அவை யாப்பிலக்கணத்தின் ஒரு பகுதியை மட்டும் விரிவாகத் தனியே விளக்கும் நூல்கள். இவ்வாறான நூல்கள் பத்தாம் நூற்றாண்டிற்கு முன்பே பல தோன்றியுள்ளன. நக்கீரர் அடிநூல், கூற்றியல், திணைநூல், அளவியல் முதலான நூல்கள் இவ்வாறு தோன்றியவை.

3 புலமை இலக்கணத்தின் அமைப்பும் தேவையும்

முதலில் ஆறாம் இலக்கணமான புலமை இலக்கணத்தின் அமைப்பை விளக்குவது அவசியம். முந்தைய ஆசிரியர்கள் கூறாத ஒரு பகுதியை இவர் முதன் முதலாகக் கூறுகிறார். எனவே, அதை எப்படி அமைத்துக்கொள்கிறார் என்று காணவேண்டியுள்ளது. புலமை இலக்கணம் என்று இவர் கூறும் பகுதி வேறு நூல்களில் இல்லாததால் இதில் கூறப்பட்டுள்ள கருத்துகளை விரிவாகக் காணவேண்டியது அவசியம்.

இந்த இயலில் முதல் சூத்திரம் தற்சிறப்புப் பாயிரமாகவும், இரண்டாம் சூத்திரம் புலமை என்றால் என்ன என்று விளக்கம் கூறுவதாகவும் மூன்றாம் சூத்திரம் இதன் வகைகள் பற்றிக் கூறுவதாகவும் உள்ளது. இதன்படி, அறியும் தன்மையே புலமை (2).

புலமை இலக்கணத்தில் நான்கு பகுதிகள் உள்ளன. தேற்றம், தவறு, மரபு, செயல்வகை (3) என்பவை அவை. இந்த நான்கு பகுதிகளில் சொல்லும் கருத்துகளைத் தொகுத்துக் கொள்ளலாம்

தேற்ற இயல்பு - *34 நூற்பாக்கள்*

இந்தப் பகுதிகள் ஒரு இளம் மாணவனுக்குச் சொல்லும் அறிவுரைகள் போல் உள்ளன.

என்னென்ன செய்ய வேண்டும்? யாரிடம் கற்க வேண்டும்? எதைப் பாடவேண்டும்? எதற்குப் பின் எதைப் பாடவேண்டும்? எதைப் பாடக் கூடாது? எந்த வரிசையில் பாட வேண்டும் முதலான கருத்துகளைத் தொகுத்துக் கூறியுள்ளார்.

தவறு இயல்பு *(தவிர்க்க வேண்டிய குற்றங்கள்) – 34 நூற்பாக்கள்*

எள்ளளவும் புலமை பெறுவதற்கு முன் நெல் அளவுக்குப் செருக்கு அடைவது தவறு (3). தமிழ்ச்சுவை அறிந்தவரைவிடவும் பொருள் உள்ளவர்களின் நட்பு பெரிது என்று எண்ணும் புலவர் இழிந்தவரே. நன்கு பயின்று நுட்பம் அறியாத இளைஞர்களின் சிந்தை நோகச் செய்பவர் பதர் போன்றவர். புகழ்பெற்ற கவிஞர்களின் பாடல்களை எடுத்துப் பயன்படுத்தும் இழிகுணம் உள்ள புலவர்களும் உள்ளனர். போட்டியில் தோல்வி அடைந்த புலவர்களின் காது முதலியவற்றைக் கொய்யும் செயலும் தீமையானதே. எல்லாவற்றையும் பொறுத்துக் கொள்ளுதலும் எதற்கெடுத்தாலும் முன்கோபம் கொள்ளுதலும் புலவர்களுக்கு ஆகாத குணங்கள். காமச்சுவைப் பாடல்களையே மிகுதியும் பாடுவதால் எந்தப் புண்ணியமும் கிடைக்காது. தெய்வச் சிறப்பையும் புகழையும் பாடுவதே தமிழ்ப் புலமை பெற்றதன் சிறப்பு. பொருளுக்காகக் கவிதை பாடுவது இழிவானது. கொல்லல், ஊன் சமைத்தல் பற்றிப் பாடுவோரை உலகம் பழிக்கும். எடுத்துக்கொண்ட துறையைக் குற்றம் ஏற்படுமாறு பாடினால் உலகம் மதிக்காது. இப்படிப் புலமைத் தொழிலில் தவறுகள் என்று இவர் எண்ணுவனவற்றை இந்த இயலில் தொகுத்துக் கூறியுள்ளார்.

மரபியல்பு – *35 நூற்பாக்கள்*

இதில்தான் பின்னர் புலவர் புராணத்தில் விரித்து உரைக்கும் பல கதைகளுக்கும் இடம் தந்து கூறியுள்ளார் ஆசிரியர். இவ்வாறு, சிவன், தேவார நால்வர், ஆழ்வார்கள், பொய்யாமொழிப்

புலவர், திருவள்ளுவர், ஔவை முதலான படைப்பாளிகள் பற்றிய கதைகளைச் சுட்டிக்காட்டியுள்ளார். இதன் நோக்கம் கவிபாட நினைக்கும் இளைஞர்கள் இவர்களை முன்மாதிரியாகக் கொண்டு பாடவேண்டும் என்பதாக உள்ளது.

செயல்வகை இயல்பு – *41* நூற்பாக்கள்

இந்த இயலில் நான்கு உட்பிரிவுகள் உள்ளன. அவை தொழில் நிலை, நடுநிலை, எதிர்நிலை, அருள்நிலை என்பனவாகும்.

அ) தொழில்நிலை

புலமைத் தொழிலில் செய்வனவற்றையும் செய்யவேண்டிய காலம் முதலியவற்றையும், செய்யக் கூடாதனவற்றையும் கூறுதல். யமகண்டம், அட்டாவதானம், கண்டசித்தி முதலானவற்றைத் தவம் (பயிற்சி) முடியும் முன்னே செய்யக்கூடாது. ஒரு புலவரின் சிறப்புகளை மற்றொரு புலவராலேயே முற்றாக அறிய முடியும். தமிழ்மொழி, தன் சமயம், இனம் ஆகியவற்றிற்குத் தவறு விளையாமல் முயல வேண்டும். புலமையால் பெருமிதமும் புகழும் பெறுதலே பயன் என்று எண்ணுதல் தவறு.

ஆ) நடுநிலைவாதங்கள் நடக்கும்போது நடுநிலையாளர் செய்ய வேண்டியவை.

வெண்பா தோல்வி விருது இழத்தல். வண்ணத்தில் தோற்றல் செவி இழத்தல். நடுநிலைமையில் தவறு இழைப்பவர் நரகத்தில் உழல்வர்.

இ) எதிர்நிலை

இரட்டை ஆசிரிய விருத்தம் ஒருவரின் திறமையைக் காட்டும். இயற்றி மறைந்த நூல்கள் வெளிப்படல் பற்றியது. தேவாரம், திருப்புகழ், சங்கப்பலகை பொய்யாமொழிப் புலவருக்குக் காட்சியளித்தல், இவர் இயற்றி நீரிலும் கனலிலும் இட்ட பாடல்கள் பற்றிக் கூறுகிறார். செயலின் தன்மையை உணர்ந்து அதைச் செய்து முடிக்கும் அறிஞரை எல்லோரும் புகழ்வர். மறைந்து கிடைக்கும் நூல்களை வெளிப்படுத்துதல் இந்தப் பகுதியின் மையம்.

ஈ) அருள் நிலை

திருவருள் துணை இல்லாத போது எவருக்கும் துன்பம் நேரலாம். அருணகிரியிடம் தோற்ற வில்லிபுத்தூரர் கதை சான்று. ஒரு கவிதை பிழையாகச் செய்ததால் அரசனால் அம்பிகாபதி கழுவில் ஏற்றப்பட்டான். கம்பரால் சோழர்கள் மாண்ட கதை சொல்லப்படுகிறது. கம்பரும் நாழி நெல்லுக்காகச் சிரமப்பட்டார். ஊமையராக இருந்த குமரகுருபரர் கவிமழை பொழிபவராக முருகன் அருளால் மாறியதும் உண்டு. வள்ளுவருடன் பிறந்த எழுவரும் பிறந்த உடனே கவி பாடியதும் அருளாலே. இறை அருளால் செயற்கரியன செய்தவரும், புலமை பெற்றவரையும் கல்வி பெற்றவரையும் இந்த இயல் கூறுகிறது. தெய்வ அருளே இவற்றைப் பெறுவதற்குக் காரணமாக விளங்குகிறது என்பது இவரது முடிவு.

4 தமிழ் இலக்கிய வரலாற்றைக் கட்டமைக்கும் முயற்சி

புலமை இலக்கணத்தின் மூன்றாம் பகுதியான மரபியல்பு நம் கவனத்தை ஈர்க்கும் ஒரு பகுதியாகும். இவர் பிற்காலத்தில் *புலவர் புராணம்* என்ற ஒரு நூலை இயற்றினார். அதில் பண்டைக்காலப் புலவர்கள் பலரது வரலாற்றைத் தாம் அறிந்த அளவில் மிக விரிவாகச் செய்யுள்களில் பாடியுள்ளார். அப்படி ஒரு நூலை இயற்றுவதற்குத் தோற்றுவாயாக அமைந்தது மரபியல்பு ஆகும்.

சைமன் காசிசெட்டியின் *தமிழ் புளூடார்ச்*, சதாசிவம் பிள்ளையின் *பாவலர் சரித்திர தீபகம்* முதலியவை நவீனத்துவத்தின் வெளிச்சத்தில் தமிழ் இலக்கிய வரலாற்றைக் கட்டமைக்கும் முயற்சிகள். இவருடைய *புலவர் புராணம்* அப்படிப்பட்டதல்ல. இது மரபுவழிப் புலமையில் விளைந்தது. இங்கே நாம் சில வினாக்களை எழுப்பிக் கொள்வோம்.

1 இந்த மாதிரியான ஒரு முயற்சிக்கு அன்றைய தேவை என்ன? அதாவது, எந்த நெருக்கடியால் இப்படியான ஒரு முயற்சியை இவர் மேற்கொள்ள நேர்ந்தது?

2. இந்த முயற்சிக்குச் சான்றாதாரங்களாக இவர் கொண்டது எவற்றை? அதாவது, எந்த ஆதாரங்களின் அடிப்படையில் இப்படி ஒரு வரலாற்றைக் கட்டமைக்க முயன்றார்?

3. இதற்கு இவர் கைக்கொண்ட அணுகுமுறை என்ன?

புலவர் புராணத்தில் இவர் அறிவுப் புலவர், தெய்வப் புலவர், கண்கண்ட புலவர், முத்துலுக்கப் புலவர் என்று புலவர்களை அவர்களின் இயல்புக்கு ஏற்றவாறு வகைப்படுத்திக் கொண்டுள்ளார். இன்றைய இலக்கிய வரலாறுகளில் நாம் காணும் அரசு சார்ந்தோ, பாடுபொருள் சார்ந்தோ உள்ளவாறு பகுப்புகள் இல்லை. ஆனால், ஒட்டுமொத்தமாகத் தமிழ் இலக்கிய வரலாற்றைக் கட்டமைக்கும் ஒரு முயற்சி இதன் பின்னணியில் உள்ளதை அறியமுடிகிறது. பத்தொன்பதாம் நூற்றாண்டில் தமிழக வரலாறு பற்றிய சிந்தனை உண்டாகாத காலத்திலேயே, இலக்கிய வரலாற்றைக் கட்டமைக்க வேண்டிய ஒரு தேவை இவருக்கு ஏன் தோன்றியது என்ற வினாவை எழுப்புகிறது. அதற்குப் பத்தொன்பதாம் நூற்றாண்டில் நிலவிய சமூக, அரசியல் பின்புலங்களை விரிவாக ஆராய வேண்டும்.

பல இடங்களிலும் கவிதைகளை, கவிஞர்களை விமரிசனம் செய்துள்ளார். கம்பராமாயணம் பற்றிய விமரிசனம், வில்லிபாரதம், நல்லாப்பிள்ளை பாரதம் முதலியவை பற்றிய விமரிசனங்கள் புலவர் புராணத்தில் உள்ளன. இதற்கான தோற்றுவாய் புலமை இலக்கணத்தில் உள்ளதா என்று நோக்கும்போது, புலமை இலக்கணத்தில் ஆங்காங்கே உள்ளதை அறிய முடிகிறது.

5 புலமை இலக்கணத்தின் நோக்கு

இந்தப் பகுதியில் புலமை இலக்கணத்தின் தேவை, அதில் இவர் கூறியுள்ள பொருள் பற்றிய மதிப்பீடு, பொதுநிலையில் இலக்கணம் பற்றியும், புலமை பற்றியும் இவருக்கு உள்ள மதிப்பீடுகள் ஆகியவை தொகுத்து உரைக்கப்படும்.

1. கவிஞராக விரும்புபவருக்குப் பல நடைமுறை நெறிகளைக் காட்டுதல். அவர்கள் செய்ய வேண்டியவற்றைச் சுட்டிக் காட்டுதல்.

2. புலமையாளர்கள் செய்யக் கூடாதனவற்றைத் தொகுத்துக் கூறுதல்.
3. முன்பு இருந்த புகழ்பெற்ற படைப்பாளிகளையும் அவர்களின் செயற்கரிய செயல்களையும் எடுத்துக் காட்டுதல். இது வளரும் கவிஞர்களுக்கு ஊக்கம் அளிப்பதற்காகவும் வழிகாட்டுவதாகவும் உள்ள நெறி.

ஏன் இதற்குப் புலமை இலக்கணம் என்று பெயரிட்டுள்ளார்? புலமை என்பது பழைய நூல்களின், ஆசிரியர்களின் வரலாற்றை உணர்த்தும் சொல்லா? என்று நோக்கும் போது இந்த இயலில் இவர் கூறியுள்ள பொருளையும் வகைப்பாட்டையும் எண்ணிப் பார்த்தால் புலமை பெறவேண்டி முயலும் ஒரு தொடக்கநிலைக் கவிஞனுக்காகச் சொல்லப்படுபவையே இவை என்று தெரிகிறது.

எனவே தான், பாடும் முறை, பாடும் வகை, எதற்குப் பின் எதைப் பாடவேண்டும், எதைத் தவிர்க்க வேண்டும், பாடும் பொருள் அடிப்படையிலான விழுமியங்கள் முதலானவற்றைப் பற்றி இளம் கவிஞர்கள் அறிய வேண்டியவை என்று இவர் கூறுகிறார்.

தண்டபாணி சுவாமியின் ஈடுபாடு, கவனம், அவர் மதிப்பவை முதலியவற்றைப் பற்றிப் பார்க்கும்போது தெய்வம், தவம், புலமை, செய்யுள் இயற்றுதல் முதலிய சொல்லாடல்களையே இந்த இலக்கணப் பகுதியில் மிகுதியாகக் காண முடிகிறது.

நூல் துணையினும் நூறுபங்கு அதிகம்
தெய்வத் துணை ஆம் செந்தமிழ்க் கவிக்கே (649)

என்ற நூற்பா இவர் அதிகமும் எதை நம்புகிறார் என்பதைக் காட்டுகிறது. இத்துடன் புலமைக்கும், புலவனுக்கும் அதிக முக்கியத்துவம் அளிக்கிறார். வேதம் கூட ஒரு புலவனின் சொல்லே (வேதம் மனிதரால் இயற்றப்பட்டது அல்ல என்பது நம்பிக்கை) என்று கூறுகிறார். சொன்னது பலிக்கும் புலவர் தேவர்களுக்குச் சமமானவர் என்பதும் இவரது வாக்கு. வைதிகச் சமய நம்பிக்கையில் மிகவும் உறுதியாக இருக்கிறார்.

புலமை என்பது தெய்வ அருளால் கிடைப்பது என்றும் தெய்வ அருள் இல்லாவிட்டால் எந்தப் புலமை சார்ந்த

பணியும் நிறைவேறாது என்றும் வலியுறுத்திக் கூறுகிறார். தெய்வங்களில் முருகனே இவருக்கு உகந்த தெய்வம் என்பது வெளிப்படையானது.

உசாத்துணைகள்

நாகராஜன், ப.வெ., (உரை, பதி.) 2016. *அறுவகை இலக்கணம்* கோவை: சிரவை கௌமார சபை.

மறைந்துபோன இசை, நாடக இலக்கண நூல்கள்வழியே ஒரு பயணம்

தமிழகத்தில் பண்டைக் காலத்தில் வழங்கி வந்த இசை, நாடக இலக்கண நூல்கள் பல பிற்காலத்தில் மறைந்துவிட்டன. அவை மறைந்து விட்டதற்குப் பல காரணங்கள் உள்ளன. மறைந்துவிட்ட கலை நூல்கள் பற்றி மிகவும் வருத்தத்துடன் முதன்முதலாகக் குரல்கொடுப்பவர் அடியார்க்கு நல்லாரே. சிலப்பதிகாரத்திற்கு உரை எழுதும் முயற்சியில் இறங்கிய இவர், அதில் வரும் இசை, நாடகம் பற்றிய குறிப்புகளை விளக்கப் பழைய இசை, நாடக இலக்கண நூல்களை நாடினார். ஆனால், அவருக்கு ஏமாற்றமே மிஞ்சியது.

சிலப்பதிகாரம் இயற்றிய காலத்தில் வழக்கில் இருந்த பல இசை, நாடக இலக்கண நூல்கள், அடியார்க்கு நல்லார் காலத்தில் மறைந்து விட்டன. சில நூல்கள் பெயரளவில் மட்டுமே வாழ்ந்தன. மறைந்துவிட்ட இசை, நாடக இலக்கண நூல்களின் சிறப்புகளையும், சிலப்பதிகாரத்திற்கு உரை எழுதுவதற்கு அந்த நூல்களின் அவசியத்தையும் நன்கு உணர்ந்த அடியார்க்கு நல்லார், அவற்றின் இழப்பை மிகுந்த துயரத்துடன் கூறுகிறார்.

மறைந்துவிட்ட நூல்களைப் பற்றி 'மறைந்துபோன தமிழ் நூல்கள்' என்ற தலைப்பில் ஒரு புத்தகத்தை மயிலை சீனி. வேங்கடசாமி எழுதினார். இவர் மறைந்துபோன நூல்களைக் குறித்துப் பழைய உரையாசிரியர்களின் கூற்றுகள், மேற்கோள்கள் முதலியவற்றைச் சுட்டி, அந்த நூல்களிலிருந்து உரைகளில் சிதறிக்கிடக்கும் சூத்திரங்களைத் திரட்டித் தருகிறார். அந்த அளவில் இவரது பணி மிக முக்கியமானது.

சிலப்பதிகாரத்தில் குறிப்பாக அரங்கேற்று காதையில் இளங்கோவடிகள் ஆடல், இசை, மேடை, ஒளி அமைப்பு முதலான பல கருத்துகளை இலக்கண நூல் சூத்திரங்கள் என்று நினைக்கும் அளவில் சுருக்கமாகக் கூறிச்செல்கிறார். இந்தக் கருத்துகளை எல்லாம் விரிவாகக் கூறும் விரிந்த இலக்கண நூல்கள் அவர் காலத்தில் இருந்தன. ஆனால், அடியார்க்கு நல்லார் காலத்தில் நூல் வழக்கும் மறைந்திருந்தது போல் தோன்றுகிறது. கல்வி மரபிலும் அடியார்க்கு நல்லாரால் அவற்றை முழுமையாக அறியமுடியாமல்போய்விட்டது என்று தோன்றுகிறது. ஆகவேதான், அவர் அரைகுறையாகக் கிடைக்கும் நூல்களை வைத்துக்கொண்டு சிலப்பதிகாரத்திற்குப் பெரு முயற்சி செய்து உரை இயற்றியுள்ளார்.

அடியார்க்கு நல்லார், வேங்கடசாமி ஆகிய இருவரும் மறைந்து போன நூல்கள் பற்றிக் குறிப்பிட்டிருந்தாலும் இருவரின் நோக்கமும் வெவ்வேறானது என்பதையும் கவனத்தில்கொள்ள வேண்டும். அடியார்க்கு நல்லார் பழம்பெரு நூல்கள் மறைந்து விட்டனவே என்று ஆதங்கப்படுவதோடு, தன் சிலப்பதிகார உரைப் பணிக்குக் கருவி நூல்களாக இருந்தவற்றின் இழப்புக்காகவும் வருந்துகிறார்.

வேங்கடசாமி இத்துடன் நிற்காமல், கிடைத்துள்ள சூத்திரங்களை ஒன்று திரட்டும் முயற்சியில் இறங்கினார். மறைந்து போன நூல்களை மீட்டுருவாக்கம் செய்யும் பணியில் இது முதற் கட்டமாகும். நவீன காலகட்டத் தேவைகளின் ஒரு கூறு இதன்வழியே நிறைவேறுகிறது. அதாவது, நமது மரபுவழிச் செல்வங்களை மீட்டுருவாக்கம் செய்து அதன்வழியே வரலாற்றைக் கட்டமைக்க வேண்டிய தேவை காலனிய காலத்தில் தோன்றியிருந்தது. இது சுவடிப்பதிப்பு, தொல்லியல் சின்னங்களை அகழ்வாராய்ச்சி செய்தல், சிதறிக் கிடக்கும் தரவுகளைத் திரட்டுதல் என்ற திசைகளில் பயணம் செய்தது.

மறைந்துபோன நூல்களிலிருந்து நாம் பெறக்கூடியவை என்ன என்று சிந்திக்க வேண்டியுள்ளது. அக்காலத்தில் வழக்கிலிருந்த இசை, நாடகம், நடனம் முதலான கலைகள் பற்றிய கருத்துகள் மட்டுமல்லாமல் சமயம்சார் நம்பிக்கைகளும் இவற்றில் பொதிந்து கிடக்கின்றன. மேலும், நவமணிகள், கூலங்கள்,

சோதிடக் கருத்துகள் முதலானவற்றைக் கூறும் கருவூலங்களாக இந்த நூல்கள் விளங்கின.

குறிப்பாக, அக்காலத்தில் தமிழகத்தில் நிலவிய தொன்மங்கள் பற்றி அறிவதற்கு இந்த நூல்கள் பெருமளவுக்குப் பயன்படுகின்றன. வைதிக சமயத் தொன்மங்கள் மட்டுமல்லாமல் சமண, பௌத்த சமயங்களிலும் நிலவிய தொன்மங்களை அறிவதற்கு இசை, நாடக, சிற்ப நூல்கள் நன்கு பயன்படுகின்றன.

பொதுவாக, பழம்பெரு நூல்களில் இடம்பெற்றிருந்த கருத்துகள் நிகண்டுகளில் தொகுத்துத் தரப்படுதல் ஒரு மரபாகும். நிகண்டுகளில் சொற்கள் பொருள் அடிப்படையில் தொகுத்துத் தரப்படும். அந்த வகையில் நிகண்டுகளில் கிடைக்கும் இசை, நாடகம் தொடர்பான கருத்துகளையும் இவற்றுடன் இணைத்து ஆராய வேண்டும். இங்கு, பொருத்தம் கருதி, திவாகரம், பிங்கலம் ஆகிய இரு பழம்பெரு நிகண்டுகளில் இசை, நாடகம் பற்றிக் கூறப்பட்டுள்ள கருத்துகள் சுருக்கமாகத் தரப்படுகின்றன.

இசை, நாடக நூல்கள் முழுமையாகக் கிடைக்காத சூழலில், நிகண்டுகளில் கிடைக்கும் தகவல்கள் எந்த அளவுக்குத் தமிழில் இந்தக் கலைகள் பற்றிய நூல்கள் விரிவாக இருந்துள்ளன என்று அறிவதற்குப் பயன்படும். இசை, நாடகம் பற்றிய சொற்கள் பெரும்பாலும் நிகண்டுகளில் கிடைத்து விடுகின்றன.

திவாகர நிகண்டில் செயற்கைப் பெயர்த் தொகுதியில் (ஒன்பதாம் தொகுதி) நரம்புக் கருவியை இசைக்கும் குயிலுவம் என்ற சொல்லுக்கான விளக்கமும் (நூற்பா 194) தொடர்ந்து கூத்தின் பெயர்களைக் கூறும் நூற்பாவும் உள்ளன.

"நடமே, நாடகம், கண்ணுள், நட்டம்,
படிதம், ஆடல், தாண்டவம், பரதம்,
ஆலுதல், துணங்கை, தூங்கல், பாணி,
குரவை, நிருத்தம் கூத்து எனப்படுமே" (நூற்பா 195)

தொடர்ந்து, சிவன் (3), குமரன் (2), மாயோன் (4), திருமகள் (1), அயிராணி (1) ஆகியோர் ஆடியதாகக் கூறப்படும் பதினோரு ஆடல்களுக்கும் உரிய பெயர்கள் கூறப்பட்டுள்ளன. சத்தமாதர் ஆடல் (201), காமன் ஆடல் (202) ஆகியனவும் உள்ளன.

கூத்தின் விகற்பம் என்று,

> *"கரணம், வீத்தம், மலைப்புப் பவுரி*
> *பிரமரி, வீரட்டானம், குனிப்பே,*
> *உள்ளாளம், கடகம் என்ற ஒன்பதும்*
> *கூத்தின் விகற்பம் ஆகும்" (203)*

ஆகிய ஒன்பதும் கூறப்பட்டுள்ளன. கூத்து என்பது ஆடல் என்று அனைவருக்கும் தெரியும். இவற்றுடன் குரவை, துணங்கை, வெறி, அணங்கு, கழங்கு (வேலனாடல்), வட்டணை பொறுத்தல், கொம்மை, ஆவலங்கொட்டல். குஞ்சித்தல், கடந்தம், தாள ஒற்று, நடம் ஆகிய சொற்களுக்கு விளக்கம் அளிக்கப்பட்டுள்ளது. (204-213) இவ்வாறு திவாகர நிகண்டில் நடனம், நாடகம் தொடர்பான சொற்கள் வழக்கில் உள்ளது காட்டப்பட்டுள்ளது.

ஏழாம் தொகுதியான செயற்கைவடிவின் பெயர்த் தொகுதியில் காளம் (88), சிறுசின்னம் (89) ஆகியவற்றிற்குப் பின், குறிஞ்சி நிலப்பறை (90) தொடங்கி. திணைகளுக்கு உரிய பறைகளின் பெயர்கள் (91-94) பலவகைப் பறைகளின் பெயர்கள், கொம்மை, யாழின் பெயர்கள் (107) யாழ் உறுப்புகளின் பெயர்கள் வரை (111) கூறப்பட்டுள்ளது.

திவாகர நிகண்டின் பத்தாவது தொகுதியான ஒலி பற்றிய பெயர்த் தொகுதியில் இசைத் துறையில் வழங்கிய பெயர்கள் விரிவாகத் தொகுத்துத் தரப்பட்டுள்ளன. (95-123) இசைப் பாட்டின் பெயர்கள் (95) தொடங்கி யாழ், பண் (103), திறம் (105-109) சங்கீதம் (100), வள்ளைப்பாட்டு (102) பாடற்பாட்டு (110), ஆடற்பாட்டு (111) ஏழிசையின் பெயர் (113, 114), இராகங்களின் பெயர்கள் (116), கொல்லி, வராடி, குறிஞ்சி, பஞ்சமம், தக்கேசி, இந்தளம் (117-122), தொடர்ந்து 28 பண்களின் பெயர்கள் (123) முதலியவை விரிவாகக் கூறப்பட்டுள்ளன.

பிங்கல நிகண்டில் ஆறாவது தொகுதியான அநுபோக வகையில் இசைவகை என்ற உட்பிரிவில் பாட்டின் பெயர் (273) நாற்பெரும் பண்ணின் பெயர் (274), நாற்பெரும் பண்களுக்கும் உரிய இருபத்தொரு திறங்கள் (275-278), பெரும்பண்ணின் வகை (279), பாலையாழ்த் திறன் (280), குறிஞ்சியாழ்த் திறத்தின்

வகை (281), மருதயாழ்த் திறத்தின் வகை (282), செவ்வழியாழ்த் திறத்தின் வகை (283) நூற்று மூன்று பண்கள் (284), நேர்திறம் முதல் முல்லை வரை பண்களுக்கு வழங்கும் பெயர்கள் தரப்பட்டுள்ளன (285-299).

நால்வகை யாழ் (300), ஏழிசையின் பெயர் (301), ஏழுவகைப் பாலை (302-308), ஏழிசைகளுக்கு உரிய ஓசை, மணம், சுவை, இறைவர், மந்த இசை, சமனிசை, வல்லிசை ஆகியவற்றிற்கு வழங்கும் பெயர்கள் தரப்பட்டுத் தொடர்ந்து யாழ் முதலிய இசைக் கருவிகள் அவற்றின் விளக்கம் கூறப்பட்டுள்ளன. (320-340) நிகண்டுகளில் பிங்கல நிகண்டே இசை பற்றிய அதிகத் தகவல்களைத் தருகிறது.

பிங்கல நிகண்டில் இசைக்குச் சுவை, மணம் முதலியனவும் கூறப்பட்டுள்ளன என்பது அக்காலத்தார் இசையை எவ்வாறு நோக்கினர் என்று அறிவதற்குப் பயன்படுகிறது. ஏழிசைக்குப் பிறப்பிடம் (311), ஏழிசைக்கு உரிய மாத்திரை, (312), ஏழிசைக்கு உரிய ஓசை (313), ஏழிசைக்கு உரிய எழுத்துகள் (314), ஏழிசைக்கு உரிய மணங்கள் (315), ஏழிசைக்கு உரிய சுவைகள் (316), ஏழிசைக்கு உரிய இறைவர்கள் (317) ஆகியவை பிங்கல நிகண்டில் தரப்பட்டுள்ளன. இவற்றால் அக்காலத்தில் இசை நூல்களில் இருந்த நம்பிக்கை புலப்படுகிறது.

அநுபோக வகையின் பத்தாம் உட்பிரிவான நாடக வகையில் 343-366 வரை உள்ள நூற்பாக்களில் நாடகம் தொடர்பான பெயர்கள் தரப்பட்டுள்ளன. இவை பெரிதும் திவாகர நிகண்டில் உள்ளவாறே அமைந்துள்ளன.

பிங்கல நிகண்டைப் பொறுத்தவரையில் இசை பற்றிய தகவல்கள் திவாகரத்தைவிட அதிகமாகவும் விரிவாகவும் உள்ளன. நாடக வகை திவாகரத்தில் உள்ளவாறே தரப்பட்டுள்ளது. பத்தாம் நூற்றாண்டைச் சார்ந்த பிங்கல நிகண்டின் காலத்தில் இசை, நாடகக் கலைகள் தமிழ்நாட்டில் செழித்து வளர்ந்தும் புழக்கத்தில் இருந்தும் வந்துள்ளன என்பதற்கு இவை சான்று.

நம் முன்னோர் இசைத் தமிழுக்கும் நாடகத் தமிழுக்கும் எந்த அளவுக்கு முதன்மை அளித்துள்ளனர் என்பதை அறிவதற்கு இத்துறைகளில் அவர்கள் இயற்றியுள்ள நூல்களே சான்று. மிக

விரிவாகக் காலம்தோறும் நூல்களை இயற்றி வந்துள்ளனர். ஆனால், இயற்றப்பட்ட நூல்கள் இப்போது கிடைக்கவில்லை என்பதே குறை.

தமிழின் வளமான இசை, நாடக மரபை அறிந்துகொள்ளப் போதுமான அளவுக்குக் கூட நூல்கள் கிடைக்கவில்லை என்பதே இங்கு வலியுறுத்திச் சொல்லப்பட வேண்டிய கருத்து. இதற்கு மிக முக்கியமான காரணம் இவை தோன்றிய காலகட்டம். இசை நாடக நூல்களின் தோற்றமும் அவை நன்கு பயிலப்பட்ட காலமும் கி.பி. பத்தாம் நூற்றாண்டு வரை என்று கொள்ள வேண்டியுள்ளது. அக்காலம் வரை தமிழ்ச் சமூகத்தில் இக்கலைகளுக்கு ஆதரவும் உயரிய மதிப்பும் இருந்தது. எனவே, மக்கள் ஆதரவும் இருந்தது. கூத்தர், பாணர், விறலியர், பொருநர் முதலான கலைஞர்கள் பெருமளவில் வாழ்ந்து இக்கலைகளை வளர்த்து வந்தனர். எனவே நூல்களும் பலவாகத் தோன்றின. அரசர்களும், வள்ளல்களும் இக்கலைகளை ஆதரித்து வந்தனர். எனவே. கலைஞர்கள் இக்கலைகளில் ஈடுபடுவதற்கு நல்ல வாய்ப்பு இருந்தது. இன்றும் கூத்துக்கலை தமிழகத்தில் செழித்து வளர்ந்து வருகிறது. மக்களிடம் பெரும் செல்வாக்குள்ள கலையாக கூத்துக்கலை வாழ்ந்துவருகிறது.

பிற்காலத்தில் கலைகளுக்கு ஆதரவு குறைந்ததால் கலைகளையும் நூல்களையும் போற்றுவார் இன்றிப் போய்விட்டது. நூல்கள் மறைந்ததற்கு இது முதன்மைக் காரணம் ஆகும். கலை நூல்கள் பனுவலாகப் பயன்படுவதைவிட வழக்கில் பயன்படுவதே அதிகமாகும். ஏனெனில், இக்கலைகளை ஆசிரியரிடமிருந்து நேரடியாகவே கற்க முடியும். அப்படி என்றால் கலைகள் வழக்கில் இருக்கும் சூழலில் மட்டுமே நூல்களும் வழக்கில் இருக்கும். கலைகளுக்கு ஆதரவு குறையும் நிலையில் நூல்களும் மறைவதற்கு வழி ஏற்பட்டுவிடுகிறது. வெறும் பனுவலாக இவை கிடைத்தாலும்போதும் என்ற நிலைதான் உள்ளது. ஆனால், கலை நூல்கள் பயில்வார் இல்லாமல் வாழ முடியாது. இது ஒரு கொடி கொழுகொம்பு இல்லால் வெறும் காற்றில் தானாக வளர முடியாது என்பது போன்றதே.

மிகப் பெரிய தொகுதியாக சைவ, வைணவ இசைப் பாடல்கள் உள்ள தமிழ் மரபில் இசைக் கலையை விளக்கும் நூல்களை

இழந்தது மிகவும் சோகமானதாகும். நீண்ட நடன மரபைக் கொண்டுள்ள நமக்கு - இறைவனையே நடனத்தின் தலைவனாகப் படைத்துக் கொண்ட நமக்கு - நடனத்தைப் பற்றிக் கூறும் நூல்களை இழந்தது பேரிழப்பாகும்.

இசை, நாடக நூல்கள் மட்டும் அல்லாமல், சிற்பம், சோதிடம் முதலிய மற்ற கலை நூல்களையும் திரட்டி விரிவான ஆராய்ச்சியை மேற்கொள்ள வேண்டுவது அவசியமாகும். தமிழ்ச் சமூக வரலாறு எழுத இத்தகைய ஆய்வுகள் மிகவும் இன்றியமையாதவை.

இந்தக் கட்டுரையில் பழைய உரைகளில் மேற்கோளாகவும் கருத்துகளாகவும் உள்ள இசை, நாடக நூல்களின் எஞ்சியுள்ள சூத்திரங்களைத் திரட்டித் தருவதே முதன்மையான நோக்கமாகும். இவை மிகப்பழைய சூத்திரங்கள் என்பதாலும், அவற்றில் கூறப்பட்டுள்ள மரபுகள் இப்பொழுது வழக்கில் இல்லாததாலும் எளிய குறிப்புகளுடனும், பழைய உரைகளைப் பின்பற்றி சிறு விளக்கத்துடனும் இங்குத் தரப்பட்டுள்ளன. பழைய இசை, நாடக நூல்கள் பற்றி ஆவணப்படுத்துவதே நோக்கம் என்றாலும் ஆய்வு நோக்கிலான கருத்துகளும் இக்கட்டுரையில் இடம்பெறும். எதிர்காலத்தில் ஆய்வுக்கு இவற்றைப் பயன்படுத்த வேண்டும் என்பதே இதன் நோக்கமாகும்.

ஆ

இசை நூல்கள்

வேங்கடசாமி 'மறைந்து போன தமிழ் நூல்கள்' என்ற தமது நூலில்,

1. இசைத்தமிழ் செய்யுட்டுறைக் கோவை
2. இசை நுணுக்கம்
3. இந்திர காளியம்
4. குலோத்துங்கன் இசை நூல்
5. சிற்றிசை
6. பேரிசை

7 பஞ்சபாரதீயம்

8 பஞ்சமரபு

9 பதினாறு படலம்

10 பெருநாரை

11 பெருங்குருகு

12 வாய்ப்பியம்

என்ற பன்னிரண்டு நூல்களை மறைந்து போன இசைத்தமிழ் நூல்களாகக் குறிப்பிட்டுள்ளார்.

இவற்றுள், இசைத் தமிழ்ச் செய்யுட்டுறைக் கோவை என்பது பெயரளவில் மட்டுமே தெரியும் நூலாகும். யாப்பருங்கலக் காரிகைக்கு குணசாகரர் இயற்றிய உரையில் பின்வருமாறு குறிப்பிட்டிருக்கிறார். "இசைத் தமிழ்ச் செய்யுட்டுறைக் கோவையே போலவும் ... முதல்நினைப்பு உணர்த்திய இலக்கியத்ததாய்" (யா.கா. ப. 1) என்ற சிறு குறிப்பு மட்டுமே உள்ளது. இதன்மூலம் இந்நூலில் உதாரண முதல் நினைப்பு இருந்தது என்பது தெளிவடைகிறது. உதாரண முதல் நினைப்பு என்பது இலக்கண நூல்களில் ஆசிரியர்கள்தாம் கூறும் இலக்கணத்திற்கு ஏற்ற உதாரணச் செய்யுள்களின் முதல் சொற்களை எல்லாம் தொகுத்து ஒரு செய்யுளாக்கித் தருவதாகும். இந்த ஒரு செய்யுளை மனப்பாடம் செய்து கொண்டால், அங்கு காட்டப்பட்ட உதாரணச் செய்யுள்கள் அனைத்தையும் நினைவுக்குக் கொண்டுவந்து விடலாம். இலக்கண நூல்களைக் கற்பதற்கு எளிமையாக அமைப்பதற்கு இது ஒரு உத்தி ஆகும். யாப்பருங்கலக்காரிகை இவ்வாறு உதாரண முதல் நினைப்புச் செய்யுள்களைக் கொண்டுள்ளது. எனவே, இசைத் தமிழ்ச் செய்யுட்டுறைக் கோவை ஒரு இசைத் தமிழ் இலக்கண நூல் எனத் துணிந்து கூறலாம்.

இந்திரகாளியம் என்ற நூலும் பெயரளவில் மட்டுமே அறியப்படுகிறது. அடியார்க்கு நல்லார் சிலப்பதிகாரத்திற்கு உரை எழுதத் தமக்கு உதவிய நூல்களைப் பற்றிக் குறிப்பிடும்போது, "பராசவ முனிவரில் யாமளேந்திரர் செய்த இந்திர காளியம்" (சிலப். ப. 10) என்று இந்நூலைக் குறிப்பிடுகிறார். பன்னிருபாட்டியலில் மேற்கோள் காட்டப்படும் பாட்டியல்

நூலாசிரியரில் இந்திரகாளியார் என்பவரும் ஒருவர். அவர் இயற்றிய சூத்திரங்கள் பல பன்னிரு பாட்டியலில் மேற்கோள் காட்டப்பட்டுள்ளன. அடியார்க்கு நல்லார் குறிப்பிடுவதும், பன்னிருபாட்டியலில் மேற்கோள் காட்டப்படுவதும் ஒரே நூல் என்றும், வெவ்வேறு நூல்கள் என்றும் கருத்து வேறுபாடுகள் உள்ளன. இரண்டு நூல்களையும் இயற்றியவர் ஒரே ஆசிரியரா என்பதிலும் கருத்து வேறுபாடு உள்ளது. இசை, நாடக நூலாசிரியர்கள் வேறு பொருள் பற்றியும் சூத்திரங்கள் இயற்றியிருப்பதை நோக்கும்போது, இரண்டு நூல்களின் ஆசிரியரும் ஒருவரே என்றோ, இரண்டும் ஒரே நூல் என்றோ கொள்ள வேண்டியுள்ளது. இவற்றில் பின்னர்க் கூறிய கருத்தே வலுவானதாகத் தோன்றுகிறது.

குலோத்துங்கன் இசைநூல் என்பதும் பெயரளவிலே மட்டும் அறியப்படும் இசை இலக்கண நூலாகும். செயங்கொண்டார் இயற்றிய கலிங்கத்துப் பரணியில்,

“வாழி சோழ குலசேகரன்வகுத்த இசையின்
மதுர வாரி எனலாகும் இசை மாது அரிது எனா,
ஏழு பார் உலகொடு ஏழிசை வளர்க்க உரியாள்
யானைமீது பிரியாது உடன்இருந்து வரவே”
(கலிங்கத்துப் பரணி, அவதாரம் 54)

“தாளமும் செலவும் பிழையா வகை
தான்வகுத்தன தன்எதிர் பாடியே,
காளமும் களிறும் பெறும் பாணர்தம்
கல்வியில்பிழை கண்டனன்கேட்கவே”
(கலிங்கத்துப் பரணி, காளிக்குக் கூளி கூறியது 13)

என இரண்டு இடங்களில் குலோத்துங்கன் இசை நூலை இயற்றிய செய்தி உள்ளது. இந்த நூல் பற்றி உரையாசிரியர்கள் யாரும் குறிப்பிடவில்லை. இந்த நூல் பன்னிரண்டாம் நூற்றாண்டில் தோன்றியது என்று கொண்டால், அதற்குப் பின்னர் தோன்றிய உரைகள் இதைப் பிற்கால நூல் என்று நினைத்து விட்டிருக்கலாம்.

சிற்றிசை, பேரிசை என்று இரண்டு நூல்களும் இசைத்தமிழ் இலக்கிய நூல்கள் என்றே தோன்றுகின்றன. இறையனார் களவியல் உரையில்,

> "அவர்களால் (கடைச் சங்கத்தார்) பாடப்பட்டன நெடுந்தொகை நானூறும் குறுந்தொகை நானூறும் நற்றிணை நானூறும் புறநானூறும் ஐங்குறுநூறும் நூற்றைம்பது கலியும் எழுபது பரிபாடலும் கூத்தும் வரியும் சிற்றிசையும் பேரிசையும் என்று இத் தொடக்கத்தன." (இறையனார் களவியல், முதல் சூத்திர உரை)

என்று கூறப்பட்டுள்ளது. 'பாடப்பட்டன' என்று கூறப்பட்டுள்ளதாலும், உடன் சொல்லப்பட்டவை எட்டுத் தொகை நூல்களான இலக்கியங்களாக இருப்பதாலும், சிற்றிசை பேரிசை ஆகியவையும் இசை இலக்கியங்களே என்ற முடிவுக்கு வர வேண்டியுள்ளது.

பெருநாரை, பெருங்குருகு ஆகிய இரண்டு நூல்களைப் பற்றி அடியார்க்கு நல்லார் பின்வருமாறு கூறுகிறார். "இனி இசைத்தமிழ் நூலாகிய பெருநாரை, பெருங்குருகும், பிறவும் தேவவிருடி நாரதன் செய்த பஞ்ச பாரதீய முதலா உள்ள தொன்னூல்களு மிறந்தன." (சிலப். ப. 9) அடியார்க்கு நல்லார் கூறியுள்ளதைப் பார்க்கும் போது இவை இரண்டும் இசைத்தமிழ் இலக்கண நூல்கள் என்று தோன்றுகின்றன.

இறையனார் களவியல் உரையில், "அவர்களால் (தலைச் சங்கத்தார்) பாடப்பட்டன எத்துணையோ பரிபாடலுடன் முதுநாரையும் முதுகுருகும் களரியாவிரையுமென இத்தொடக்கத்தன" (இறையனார் களவியல், முதல் சூத்திர உரை) என்று எழுதப்பட்டுள்ளது. இதைப் பார்க்கும் போது முதுநாரை முதுகுருகு ஆகியவை இலக்கிய நூல்கள் என்று தோன்றுகின்றன. அடியார்க்கு நல்லார் சுட்டும் பெருநாரை, பெருங்குருகு ஆகியனவும், இறையனார் களவியல் சுட்டும் முதுநாரை முதுகுருகு ஆகியனவும், ஒன்றா அல்லது வெவ்வேறு நூல்களா என்று துணிந்து கூற முடியவில்லை.

நாரதன் இயற்றியதாகக் கூறப்படும் பஞ்ச பாரதீயம் என்ற நூலிலிருந்து ஒரு சூத்திரத்தை அடியார்க்கு நல்லார் மேற்கோள் காட்டியுள்ளார்.

"இன்னிசை வழியதன்றி இசைத்தல் செம்பகையது ஆகும்,
சொன்ன மாத்திரையின் ஓங்க இசைத்திடும் சுருதி யார்ப்பே,
மன்னிய இசை வராது மழுங்குதல் கூடம் ஆகும்,
நன்னுதால்,சிதற உந்தல்அதிர்வு என நாட்டினாரே." (சிலப். ப. 231)

இதில் செம்பகை, ஆர்ப்பு, கூடம், அதிர்வு என்னும் பகை நரம்புகளின் குற்றம் பற்றிக் கூறப்படுகிறது. வேனில் காதையில் மாதவி யாழை வாங்கி மீட்டினாள் என்னும் இடத்தில், இளங்கோவடிகள், பகை நரம்புகள் படாமல் வாசிக்கும் முறை அறிந்து வாசித்தாள் என்று கூறுவதற்காக, பகை நரம்புகளைச் சுட்டிச் செல்கிறார். அவற்றை விளக்குவதற்காக அடியார்க்கு நல்லார் இச்சூத்திரத்தைக் காட்டியுள்ளர். இதன்படி, செம்பகை என்பது தாழ்ந்த இசை (இன்பமின்றி இசைத்தல்) ஆகும். ஆர்ப்பு என்பது மாத்திரையின் நீண்ட சுருதி (ஓங்க இசைத்தல்) ஆகும். கூடம் என்பது இசை நிறவாதது (தன்பகையாகிய ஆறாம் நரம்பின் இசையில் குன்றித் தன்ஓசை மழுங்குதல்) ஆகும். அதிர்வு என்பது நரம்பைச் சிதற உந்தலாகும். இந்த நான்கு குற்றங்கள் குறித்துக் கூறும் வேறு சூத்திரங்களையும் அடியார்க்கு நல்லார் மேற்கோள் காட்டுகிறார். ஆனால், அவை எந்த நூலைச் சார்ந்தவை என்று அவர் குறிப்பிட்டுக் கூறவில்லை. (இவ்வாறு இடம் சுட்டாமல் அடியார்க்கு நல்லார் மேற்கோள் காட்டும் சூத்திரங்கள் பல. அவை எந்த நூலைச் சார்ந்தவை என்றுகூட அறிய முடியவில்லை. பெயர்கூட அறிய முடியாமல் மறைந்து போன இசை, நாடக நூல்கள் எத்தனையோ?)

இறையனார் களவியல் உரை இசை நுணுக்கம் என்ற நூல் பற்றிக் கூறுகிறது. 'அவர்க்கு (இடைச்சங்கத்தார்க்கு) நூல் அகத்தியமும், தொல்காப்பியமும், மாபுராணமும், இசை நுணுக்கமும், பூதபுராணமும் என இவை' (இறையனார் களவியல், முதல் சூத்திர உரை) என்று அகத்தியம் தொல்காப்பியம் முதலிய நூல்களோடு ஒப்பக் கூறுகிறது. இசை நுணுக்கம் என்ற நூலைக் குறித்து அடியார்க்கு நல்லார் சிறு குறிப்பு ஒன்றைக் கூறி, அதிலிருந்து சில சூத்திரங்களையும் மேற்கோள் காட்டியுள்ளார்.

"தேவ இருடியாகிய குறுமுனிபால் கேட்ட மாணாக்கர் பன்னிருவருள் சிகண்டி என்னும் அருந்தவ முனி, இடைச் சங்கத்து அநாகுலனென்னும் தெய்வப் பாண்டியன் தேரோடு விசும்பு செல்வோன் திலோத்தமை என்னும் தெய்வமகளைக் கண்டு தேரிற்கூடினவிடத்துச் சனித்தானைத், தேவரும் முனிவரும், சரியா நிற்கத் தோன்றினமையின் சாரகுமாரனென அப்பெயர் பெற்ற குமரன் இசை அறிதற்குச் செய்த இசை நுணுக்கமும்," (சிலப். ப. 9)

என்று இந்த நூல் தோன்றியதற்கான கதையை அடியார்க்கு நல்லார் கூறியுள்ளார். இது இசை நுணுக்கம் என்ற நூல் பற்றி அக்காலத்தில் நிலவிய கதையாகும். இந்த நூலை இயற்றிய சிகண்டி அகத்தியரின் பன்னிரு மாணவர்களில் ஒருவர் என்றும் கூறப்படுகிறார். (சிலப். ப. 10) அரங்கேற்று காதை உரையில் அடியார்க்கு நல்லார் பின்வரும் மூன்று சூத்திரங்களை மேற்கோள் காட்டுகிறார்.

"இடை பிங்கலை இரண்டும் ஏறும் பிராணன்
புடைநின்று அபானன்மலம் போக்கும் - தடையின்றி
உண்டன கீழாக்கும் உதானன், சமானன்எங்கும்
கொண்டெறியும் ஆறுஇரதக் கூறு."

"கூர்மன்இமைப்பு விழி, கோ நாகன்விக்கலாம்,
பேர் வில்வியானன்பெரிது இயக்கும் - போர் மலியும்
கோபம் கிருகரனாம் கோப்பின்உடம்பு எரிப்புத்
தேவதத்தன்ஆகும் என்று தேர்."

"ஒழித்த தனஞ்சயன்பேர்ஓதில்,உயிர்போய்க்
கழிந்தாலும் பின்உடலைக் கட்டி - அழிந்தழிய
முந் நாள்உதிப்பித்து முன்னிய ஆன்மா இன்றிப்
பின்னா வெடித்துவிடும் பேர்ந்து." (சிலப். ப. 104)

அரங்கேற்று காதையில் உடலின் இயக்கத்தைக் கூறும்போது, உடலில் இயங்கும் பத்து வாயுக்கள் பற்றி விளக்க இந்த மேற்கோளை அடியார்க்கு நல்லார் காட்டுகிறார். பிராணன், அபானன், உதானன், வியானன், சமானன், நாகன், கூர்மன், கிருகரன், தேவதத்தன் என்பன பத்து வாயுக்களாகும். இவை

உடலில் எந்தெந்த உறுப்புகளில் தங்கி எந்தெந்தப் பணிகளைச் செய்கின்றது என்று இச் சூத்திரங்கள் கூறுகின்றன.

பிராணன் என்ற வாயு இடகலை பிங்கலை என்ற இரண்டு நாடிகளில் மேல்நோக்கி ஏறி, இரண்டு மூக்குத் துவாரங்களின் வழியாகவும் சுவாசிக்கும் பணியைச் செய்கிறது. அபான வாயு மல, மூத்திரங்களை வெளியேற்றுகிறது. உதானன் கழுத்துப் பகுதியில் நிற்கும். வியானன் உடலை இயங்கச் செய்யும். சமானன் அறு சுவையையும் அன்னத்தையும் பிரித்து எல்லாத் தாதுக்களிலும் கலக்குமாறு செய்யும். கூர்மன் இமைப்பு, விழிப்பு, உறக்கம், உணர்ச்சி ஆகியவற்றைச் செய்யும். நாகன் விக்கல் வரக் காரணமாக அமையும். கிருகரன் கோபத்தை வரவழைக்கும். தேவதத்தன் உடம்பெரிப்பை உண்டாக்கும். தனஞ்சயன் இறந்து மூன்று நாள்வரை உடலிலிருந்து, மூன்றாம் நாள் உச்சந் தலையைப் பிளந்து கொண்டு வெளியேறும்.

அடியார்க்கு நல்லார் கடலாடு காதையில் பின்வரும் சூத்திரத்தைக் காட்டுகிறார்.

> *"செந்துறை வெண்டுறை தேவபா ணிய்யிரண்டும்*
> *வந்தன முத்தகமே வண்ணமே - கந்தருவத்து*
> *ஆற்று வரி கானல்விரி முரண் மண்டிலமாத்*
> *தோற்றும் இசைஇசைப்பாச் சுட்டு." (சிலப். ப. 188)*

இசைப்பா, இசையளவு பா என்ற இரண்டில் இசையளவு பா பத்து வகைப்படும். அந்தப் பத்துவகை இசையளவு பாக்கள் இன்னவை என்பதற்கு இச்சூத்திரத்தை மேற்கோள் காட்டுகிறார் அடியார்க்கு நல்லார். மேலும், அடியார்க்கு நல்லார் இசை நுணுக்கம் நூலிலிருந்து,

> *"வேங்கடம் குமரி தீம்புனல்பௌவம் என்று*
> *இந் நான்கு எல்லை தமிழது வழக்கே" (சிலப். ப. 228)*

என்ற தமிழ் வழங்கும் நிலத்தின் எல்லையைக் குறிக்கும் சூத்திரத்தையும் மேற்கோள் காட்டுகிறார்.

அறிவனார் இயற்றிய பஞ்சமரபு என்ற நூலைக் குறித்து அடியார்க்கு நல்லார் குறிப்பிட்டுள்ளார். சிலப்பதிகாரத்திற்கு உரை எழுதத் தமக்கு உதவிய நூல்களில் இதுவும் ஒன்று என்று

அவர் குறிப்பிடுகிறார். (சிலப். ப. 10) இசைப் பாக்கள் ஒன்பது வகைப்படும் என்றும் அவை இன்ன என்றும் கூறும் அடியார்க்கு நல்லார், பின்வரும் பஞ்சமரபு சூத்திரத்தைக் காட்டுகிறார்.

"செப்பரிய சிந்து திரிபதை சீர்ச்சவலை
தப்பொன்றும் இல்லா சமபாதம் - மெய்ப்படியும்
செந்துறை வெண்டுறை தேவபாணி வண்ணம் என்ப
பைந்தொடியாய்இன்னிசையின்பா" (சிலப். ப. 188)

இதில் இசைப்பாக்கள் சிந்து, திரிபதை, சவலை, சமபாதம், செந்துறை, வெண்டுறை, பெருந்தேவபாணி, சிறுதேவபாணி, வண்ணம் ஆகிய ஒன்பதும் என்று கூறப்பட்டுள்ளது. பஞ்சமரபு என்ற நூல் இப்பொழுது அச்சாகியுள்ளது.

பதினாறு படலம் என்ற நூலிலிருந்து சிலப்பதிகார அரும்பத உரையாசிரியர் மேற்கோள் காட்டுகிறார். கானல்வரியில் கோவலன் மாதவியிடமிருந்து பெற்ற யாழை மீட்டினான் என்று வரும் பகுதியில் யாழை மீட்டும் எட்டு வகையான கரணங்களை இளங்கோவடிகள் கூறுகிறார்.

"வார்தல் வடித்தல் உந்தல் உறழ்தல்
சீருடன் உருட்டல் தெருட்டல் அள்ளல்
ஏருடைப் பட்டடை என இசையோர் வகுத்த
எட்டு வகையின்இசைக் கரணத்து" (சிலப். பக். 202-203)

வார்தல், வடித்தல், உந்தல், உறழ்தல், உருட்டல், தெருட்டல், அள்ளல், பட்டடை ஆகிய எட்டுக் கரணங்களில் முதல் ஐந்தையும் உரையில் விளக்கிவிட்டு, ஆறாவதான தெருட்டல் என்பதை விளக்க இந்த மேற்கோளை அரும்பத உரையாசிரியர் காட்டுகிறார்.

"தெருட்டல்என்றது செப்புங் காலை
உருட்டி வருவது ஒன்றே மற்ற
ஒன்றன்பாட்டு மடை ஒன்ற நோக்கின்
வல்லோர் ஆய்ந்த நூலே ஆயினும்
வல்லோர் பயிற்றும் கட்டுரை ஆயினும்
பாட்டு ஒழிந்து உலகினில் ஒழிந்த செய்கையும்
வேட்டது கொண்டு விதியுற நாடி

எனவரும் ...... இவை இசைத்தமிழ்ப் பதினாறு
படலத்துள்கரணவோத்துள் காண்க" (சிலப். பக். 202-203)

என்று கூறப்பட்டுள்ளது. சூத்திரம் 'விதியுற நாடி' என எச்சமாக நிற்பதால், இது சூத்திரத்தின் ஒரு பகுதி என்பதும், முழுச் சூத்திரமும் அல்ல என்பதும் புலனாகிறது. சூத்திரத்தைத் தொடர்ந்து 'எனவரும்' என்பதற்குப் பின் விடுபாடு உள்ளதாக உ.வே.சா. காட்டியுள்ளார். மேலும், "இவை இசைத் தமிழ்ப் பதினாறு படலத்துள் காண்க" எனப் பன்மையில் எழுதியுள்ளதை நோக்கும் போது, இங்கு மேலும் சில சூத்திரங்கள் பதினாறு படலத்துள் இருந்து காட்டப்பட்டிருக்கலாம் எனத் தோன்றுகிறது. ஓத்து என்பது நூலின் உட்பிரிவைக் குறிக்கும். இந்நூலில் இருந்த உட்பிரிவுகள் குறித்து அறிய முடியவில்லை.

வாய்ப்பியம் என்ற நூல் யாப்பருங்கல விருத்தியுரையில் மேற்கோள் காட்டப்பட்டுள்ளது. நூலாசிரியர் வாய்ப்பியனார் என்று தெரிகிறது. இதிலிருந்து மேற்கோள் காட்டப்பட்ட சூத்திரங்கள் மூலம் இது ஒரு இசைத்தமிழ் நூல் என்று தெரிகிறது.

"பண் நான்கு வகைய: அவை பாலை யாழ், குறிஞ்சி யாழ், மருத யாழ், செவ்வழி யாழ் என்பன. என்னை?

பாலை குறிஞ்சி மருதம் செவ்வழி என
நால்வகைப் பண்ணா நவின்றனர் புலவர்
என்றார் வாய்ப்பியனார்.

விளரி யாழோடு ஐந்தும் என்ப.

இனி, பண்சார்வாகத் தோன்றியன திறமாம். என்னை?

பண்சார் வாகப் பரந்தன எல்லாம்
திண்டிறம் என்ப திறனறிந் தோரே
என்றாராகலின். அத்திறம் இருபத்தொரு வகைய.
அராகம் நோதிறம் உறழ்ப்புக் குறுங்கலி
ஆசான்ஐந்தும் பாலை யாழ்த் திறனே.

நைவளம் காந்தாரம்
பஞ்சுரம் படுமலை மருள்அயிர்ப் பாற்று

செந்திறம் எட்டும் குறிஞ்சி யாழ்த் திறனே.

நவிர் வடுகு வஞ்சி
செய்திறம் நான்கும் மருத யாழ்த் திறனே.

சாதாரிபியந்தை
நொந்த திறமே பெயர் திறம் யாம யாழ்
சாதாரி நான்குஞ்செவ்வழி யாழ்த் திறனே
என்றார் வாய்ப்பியனார்." (யா. வி. 602)

இவற்றில், 'பாலை' என்ற சூத்திரத்தின் பின்னும், 'அராகம்' முதலிய நான்கு சூத்திரங்களின் பின்னும் 'என்றார் வாய்ப்பியனார்' என்று கூறப்பட்டுள்ளதால் இவை வாய்ப்பியச் சூத்திரங்கள் என்பது தெளிவாகிறது. இவற்றில் நான்கு பண்களும் இருபத்தொரு திறங்களும் கூறப்பட்டுள்ளன.

நான்கு பா, பாவினம் ஆகியவற்றை வருணத்தோடு சார்த்திச் சொல்லும் இரண்டு சூத்திரங்களும் காட்டப்பட்டுள்ளன.

"வெண்பா முதலா நால்வகைப் பாவும்
எஞ்சா நாற்பால்வருணக் குரிய.
பாவினத் தியற்கையும் அதனோ ரற்றே" (யா.வி. 231)

என்ற இரண்டு சூத்திரங்களும் பாக்களை வருணங்களோடு சார்த்தி உரைக்கின்றன. வெண்பா அந்தணர்க்கும், ஆசிரியப்பா அரசர்க்கும், கலிப்பா வணிகருக்கும், வஞ்சிப்பா சூத்திரருக்கும் உரியவை. அவ்வாறே அவற்றின் பாவினங்களும் நான்கு வருணத்திற்கு உரியவை ஆகும் என்பது இவற்றின் பொருள். பெயர், வினை, இடை, உரி ஆகிய நால்வகைச் சொற்களின் இலக்கணம் பின்வரும் சூத்திரங்களில் கூறப்பட்டுள்ளது.

"எப்பொருளேனும் ஒருபொருள்விளங்கச்
செப்பிநிற்பது பெயர்ச் சொல்லாகும்.

வழுவின்மூவகைக் காலமொடு சிவணித்
தொழில்பட வருவது தொழிற்சொல்லாகும்.

சுடுபொன்மருங்கிற்பற்றாசு ஏய்ப்ப
இடை நின்று இசைப்பது இடைச் சொல்லாகும்.

மருவிய சொல்லொடு மருவாச்சொற்கொணர்ந்து
உரிமையோடு இயற்றுவது உரிச்சொல்லாகும்."

இங்கு ஒரு முக்கிய கருத்தை கவனித்தல் வேண்டும். *பெருநாரை, பெருங்குருகு, பஞ்ச பாரதீயம், இசை நுணுக்கம், இந்திரகாளியம்* முதலிய நூல்களைக் குறித்தும் அவை மறைந்து விட்டதைக் குறித்தும் குறிப்பிடும் அடியார்க்கு நல்லார் வாய்ப்பியம் குறித்து ஒன்றும் கூறாதது வியப்பளிக்கிறது. *வாய்ப்பியம்* ஒரு இசை நூலாக இருந்தும், *சிலப்பதிகாரத்திற்கு* உரை எழுதத் துணைபுரியக் கூடிய நூலாக இருந்தும் அடியார்க்கு நல்லார் இதைப்பற்றி ஏன் குறிப்பிடவில்லை என்ற கேள்வி எழுகிறது. அடியார்க்கு நல்லார் கி.பி. பதின்மூன்றாம் நூற்றாண்டில் வாழ்ந்தவர் என்றும், *யாப்பருங்கல விருத்தியுரை* கி.பி. பத்தாம் நூற்றாண்டில் தோன்றியது என்றும் பொதுவாக ஏற்றுக் கொள்ளப்பட்டுள்ளது. ஒரு வேளை நேரடியாக வாய்ப்பியத்தை அறிய வாய்ப்பில்லாமல் போயிருந்தாலும், *யாப்பருங்கல* விருத்தியையாவது அறிந்திருக்க வேண்டும். அதில் மேற்கோள் காட்டப்பட்டுள்ளதை நோக்கி *வாய்ப்பியம்* குறித்து அறிந்திருக்கலாம். அடியார்க்கு நல்லார் *வாய்ப்பியம்* குறித்துப் பேசாதது புதிராகவே உள்ளது. நான்கு பண், அவற்றிற்கு உரிய இருபத்தொரு திறம் ஆகியவை *சிலப்பதிகாரத்திலோ* அடியார்க்கு நல்லார் உரையிலோ காணப்படவில்லை. அவர்கள் பண்களை வகுத்துள்ள முறை வேறாக உள்ளது. பண்களை வகுப்பதிலும் வெவ்வேறு மரபுகள் நிலவியிருந்திருக்க வேண்டும் என்று இதன்மூலம் அறியலாம்.

மேற்கண்ட மேற்கோள்களின் வழியே இசை நுணுக்கம் நூல் தோன்றிய கதை சொல்லப்பட்டுள்ளது. பத்து வாயுக்கள் அவை இசையில் ஏற்படுத்தும் விளைவுகள் முதலியன இசை நூல்களில் இடம்பெற்றிருந்தன என்று தெரிகிறது. இசைப் பாக்களின் வகைகளைச் சுட்டும் இரண்டு பட்டியல்கள் தெரிகின்றன. பாக்களை வருணம் சார்த்தி உரைக்கும் கருத்தும் பெயர்ச்சொல் முதலிய நால்வகைச் சொற்களையும் விளக்கும் சூத்திரங்களும் உள்ளன. பண்ணும் திறமும் ஆகிய இசைக் கூறுகளை விளக்கும் சூத்திரங்களும் உள்ளன. *வாய்ப்பியம்* நூலில் கூறப்பட்டுள்ளது போலவே *பிங்கல நிகண்டிலும்* பண், திறம் பற்றிய கருத்துகள்

உள்ளன. இவற்றிலிருந்து இசை நூல்களில் இசைக் கூறுகளோடு பிற கூறுகளும் இடம்பெற்றிருந்தன என்று தெரிகிறது.

ஓர் இசை நூலில் என்னென்ன உள்ளடக்கம் இருந்திருக்கும் என்று முழுமையாக அறிய முடியாதுள்ளது. பண், திறம், தாளம் முதலியவை அடிப்படைகள் என்றாலும் பாடலின் வகைகள், அவற்றின் பாடுபொருள், பாடும் நேரம், உடன் இசைக்கும் இசைக் கருவிகள் முதலியன கூறப்பட்டிருக்க வேண்டும். ஆனால், அவற்றை அறிய தக்க சான்றுகள் இல்லை. கிடைக்கும் சான்றுகளைக் கொண்டு இசை நூல்களை மீட்டுருவாக்கம் செய்வது மிகவும் கடினம்.

நாடக நூல்கள்

மறைந்து போன நாடக நூல்களின் பெயர்கள் பின்வருமாறு.

1 அகத்தியம்
2 குணநூல்
3 கூத்தநூல்
4 சந்தம்
5 சயந்தம்
6 செயன்முறை
7 செயிற்றியம்
8 நூல்
9 பரதம்
10 பரதசேனாபதீயம்
11 மதிவாணர் நாடகத்தமிழ் நூல்
12 முறுவல்

இவற்றுள் அகத்தியம், சயந்தம், செயன்முறை, பரதம், முறுவல் ஆகிய ஐந்து நூல்களும் பெயரளவில் மட்டுமே தெரியவருகின்றன. இவற்றைப் பற்றி அடியார்க்கு நல்லார் பின்வருமாறு கூறுகிறார்.

"நாடகத் தமிழ் நூலாகிய பரதம், அகத்தியம் முதலாக உள்ள தொன்னூல்களு மிறந்தன. பின்னும் முறுவல், சயந்தம், குணநூல், செயிற்றிய மென்பனவற்றுள்ளும் ஒருசார் சூத்திரம் நடக்கின்ற அத்துணையல்லது முதல்நடு இறுதி காணாமையின் அவையும் இறந்தன போலும்." (சிலப். ப. 9)

செயன்முறை என்ற நூல் குறித்து யாப்பருங்கல விருத்தி, "கலியுறுப்புக்கு அளவை செயன்முறையுள்ளும் செயிற்றியத்துள்ளும் கண்டு கொள்க. அவை ஈண்டு உரைப்பின் பெருகும்" (யா.வி. ப. 298) என்று கூறுகிறது. சயந்தம் என்ற நூல் பற்றி யாப்பருங்கல விருத்தி,

"வெண்டுறை வெண்டுறைப் பாட்டாவன பதினோராடற்கும் ஏற்ற பாட்டு. அவை அல்லியம் முதலியவும் பாடல்களாக ஆடுவாரையும், பாடல்களையும் கருவியையும் உந்து இசைப் பாட்டாய் வருவன... இவற்றின் தன்மை செயிற்றியமும், சயந்தமும், பொய்கையார் நூலும் முதலியவற்றுள் காண்க." (யா.வி. ப. 581)

என்று கூறியுள்ளது. பதினோராடலுக்கும் ஏற்ற இசை பற்றிச் சயந்தம் என்ற நூல் கூறுகிறது என்பது மட்டும் தெரிகிறது. (வேங்கடசாமியின் நூலில் வரும் இந்த மேற்கோளில் மட்டும் சயந்தம் என்பது சந்தம் என்று உள்ளது. இது பிரதிபேதமாக இருக்கலாம். யாப்பருங்கல விருத்தியுரை மே.வி. வேணுகோபாலப் பிள்ளை பதிப்பிலும், இரா. இளங்குமரன் பதிப்பிலும் சயந்தம் என்றே உள்ளது.)

குணநூல் சூத்திரம் ஒன்றை அடியார்க்கு நல்லார் அரங்கேற்று காதை பன்னிரண்டாம் அடி உரையில் மேற்கோள் காட்டுகிறார். சிலப்பதிகாரத்தில் 'இருவகைக் கூத்தும்' என்ற தொடருக்கு அடியார்க்கு நல்லார்,

"ஈண்டு இருவகைக் கூத்தாவன: சாந்தியும், விநோதமும்: என்னை?

அவைதாம்
சாந்திக்கூத்தும் விநோதக் கூத்தும் என்று
ஆய்ந்துற வகுத்தனன் அகத்தியன்தானே

என்றாராகலின்,

சாந்திக் கூத்தே தலைவன் இன்பம்
ஏந்திநின்று ஆடிய ஈர் இரு நடம் அவை
சொக்கம் மெய்யே அவிநய நாடகம்
என்று இப்பாற்படூஉம் என்மனார் புலவர்

இவற்றுள், சொக்கம் என்றது சுத்த நிருத்தம். அது நூற்றெட்டுக் கரணமுடைத்து. மெய்க் கூத்தாவது: தேசி, வடுகு, சிங்களமென மூவகைப்படும். இவை மெய்த்தொழிற் கூத்தாகலின் மெய்க்கூத்தாயின. இவை அகச்சுவை பற்றியெடுத்தலின் அக மார்க்கமென நிகழ்த்தப்படும். அகச்சுவையாவன: இராசதம், தாமதம், சாத்துவிகம் என்பன.

குணத்தின்வழியது அகக் கூத்து எனப்படுமே
என்றார் குணநூலுடையார்". *(சிலப். ப. 80)*

என்று விளக்கம் எழுதியுள்ளார்.

சாந்திக் கூத்தின் வகைகளில் ஒன்று மெய்க்கூத்து. அது அகச் சுவை பற்றி வருவதால் அகக் கூத்து எனப்படும் என்பது இதன்பொருள். தொல்காப்பியம் முதலிய இலக்கண நூல்களில் பொருள் இலக்கணம் அகம் புறம் என இரண்டாகப் பிரிக்கப்படும். அதே அடிப்படையில் அகப்பொருள்பற்றி வருவதால் அகக் கூத்து என்று இங்கும் பெயரிடப்பட்டுள்ளது. இது மெய்த்தொழிற் கூத்து என்று விளக்கம் தரப்படுகிறது. குண நூல் ஒரு விரிவான நாடக இலக்கண நூலாக இருக்கலாம் எனக் கூற இடமுள்ளது. குணநூல் சூத்திரத்தை அடுத்து,

"அகத்தெழு சுவையான்அகம் எனப்படுமே
என்றார் சயந்த நூலுடையாரு மெனக் கொள்க" *(சிலப். 80)*

என்ற ஒரு சூத்திரம் சயந்தம் நூலிலிருந்து மேற்கோள் காட்டப்பட்டுள்ளது. இச் சூத்திரமும் குணநூல் சூத்திரத்தின் பொருளை வலியுறுத்துவது போல அமைந்துள்ளது. அகம் புறம் எனப் பொருளைப் பிரித்த காரணம் இலக்கண நூல்களில் உள்ளது போலவே, சுவை அகத்தில் எழுவதால் அகம் எனப்படும் என்ற விளக்கம் நாடக நூல்களிலும் காணப்படுகிறது.

செயிற்றியம் என்ற நாடக இலக்கண நூலை அடியார்க்கு நல்லார், அரும்பத உரையாசிரியர், இளம்பூரணர், பேராசிரியர், யாப்பருங்கல விருத்தியுரை ஆசிரியர் ஆகியோர் குறிப்பிட்டுள்ளனர். செயிற்றியத்திலிருந்து மேற்கோள் காட்டப்படும் சூத்திரங்கள் மூன்று வகையானவை:

1. அரங்கின் அளவு, தலைக்கோல் பற்றியவை.
2. மெய்ப்பாடு, பதினோராடல் பற்றியவை.
3. அறம் முதலிய உறுதிப் பொருள்களை வருணம் சார்த்தி உரைப்பவை.

அரங்கத்தின் அளவுகளைக் குறிக்கும் இடத்தில் பின்வரும் செயிற்றியச் சூத்திரத்தை அடியார்க்கு நல்லார் மேற்கோள் காட்டுகிறார்.

"அக்கோல்ஏழ் அகன்று எட்டு நீண்டும்
ஒப்பால்உயர்வும் ஒரு கோலாகும்.
தற்கோல்வேந்தன்நயக்குறு வாயில்
முக்கோல்தானும் உயரவும் உரித்தே" *(சிலப். ப. 114)*

ஏழு கோல் அகலமும் எட்டுக் கோல் நீளமும் ஒரு கோல் உயரமும் உள்ளதாக அரங்க மேடை அமைக்கப்பட வேண்டும் என்பது இதன் கருத்து. வேந்தன் அவையானால் மூன்று கோல் உயரம் அமைப்பதும் உண்டு என்றும் இதில் கூறப்பட்டுள்ளது. சூத்திரம் 'அக்கோல்' என்று தொடங்குவதால் இதற்கு முன் சூத்திரத்தில் கோலின் அளவு குறிக்கப்பட்டிருக்க வேண்டும். அச்சூத்திரம் கிடைக்கவில்லை. ("அணு எட்டுக்கொண்டது தேர்த் துகள்: தேர்த் துகள் எட்டுக் கொண்டது இம்மி: இம்மி எட்டுக் கொண்டது எள்: எள் எட்டுக்கொண்டது நெல்: நெல் எட்டுக் கொண்டது பெருவிரல்: பெருவிரல் இருபத்து நான்கு கொண்டது ஒரு கோல்" எனச் *சிலப்பதிகார* உரையில் கோலின் அளவு கூறப்பட்டுள்ளது. சிலப். ப. 114)

தலைக்கோலை அவையில் நிறுவும் முறை குறித்த சூத்திரம் ஒன்றைச் செயிற்றியத்திலிருந்து அடியார்க்கு நல்லாரும், அரும்பத உரையாசிரியரும் மேற்கோள் காட்டுகின்றனர். *(சிலப். அரங். அடி 125-128)*

"பிணியுங் கோளும் நீங்கிய நாளால்
அணியும் கவினும் மாசற இயற்றித்
தீதுதீர் மரபின்தீர்த்த நீரால்
மாசது தீர மண்ணும் நீராட்டித்
தொடலையும் மாலையும் படலையும் சூட்டிப்
பிண்டம் உண்ணும் பெருங் களிற்றுத் தடக்கைமிசை
கொண்டு சென்றுறீஇக் கொடி எடுத்து ஆர்த்து
முரசு முருடு முன்முன்முழங்க,
அரசு முதலான ஐம்பெருங் குழுவும்
தேர்வலஞ்செய்து கவிகைக் கொடுப்ப
ஊர்வலஞ்செய்து புகுந்த பின்றை
தலைக்கோல்கோடல்தக்கது என்ப" (சிலப். ப. 117)

என்ற இச் சூத்திரத்தில், தலைக்கோலை நல்ல நாளில் நீராட்டி, மாலை அணிகள் முதலியன பூட்டி, அரசு முதலிய ஐம்பெருங் குழுவும் சூழ, தேரில் ஏற்றி யானை முதலியன உடன்வர ஊர்வலமாக எடுத்துச் சென்று, அரங்கத்திலே நிறுவவேண்டும் என்று கூறப்பட்டுள்ளது. தலைக்கோல் செய்யும் முறை அதன் அளவு முதலியனவும் சிலப்பதிகார உரையில் கூறப்பட்டுள்ளன. தலைக்கோல் அரசனின் பிரதிநிதியாக அவையில் வைக்கப்படுவதாகும்.

தொல்காப்பிய மெய்ப்பாட்டியல் உரையில் இளம்பூரணரும் பேராசிரியரும் செயிற்றியச் சூத்திரங்கள் சிலவற்றை மேற்கோள் காட்டியுள்ளனர். மெய்ப்பாடு என்பது பொதுவாக நாடகத்தில் வரும் ஒன்றாகும். ஒரு சுவை நடிப்போனிடமிருந்து பார்வையாளனுக்கு எவ்வாறு சென்றடைகிறது என்பதைக் குறிக்கும். இதைப் பற்றிய இலக்கணம் நாடக நூல்களில் விளக்கமாகச் சொல்லப்பட்டிருக்கும். சுவைக்கப்படும் பொருளும், அதனை நுகர்ந்த பொறி உணர்வும், அது மனத்துப்பட்டவழி நிகழும் குறிப்பும், குறிப்புக்கள் பிறந்த உள்ளத்தால் உடம்பின்கண் வரும் வேறுபாடாகிய சத்துவங்களும் என நான்கும் சேர்ந்ததே மெய்ப்பாடு எனப்படும். (தொல். மெய்ப். ப. 6) பேராசிரியர், இவற்றுள் முதல் இரண்டினையும் ஒன்றாக அடக்கிச் சுவை, குறிப்பு, சத்துவம் என மூன்றாக்கிக் கூறும் முறையும் உண்டு என்று கூறிப் பின்வரும் செயிற்றியச் சூத்திரத்தை மேற்கோள் காட்டுகிறார்.

"எண்ணிய மூன்றும் ஒருங்கு பெறும்என
நுண்ணிதின்உணர்ந்தோர் நுவன்றனர் என்ப" (தொல்.மெய்ப். ப. 6)

இவற்றுள் குறிப்பையும் சத்துவத்தையும் ஒன்றாக்கி, இரண்டாகக் கூறுவதும், சுவை ஒன்றையே கொண்டு அதன் எட்டு வகைகளை விளக்கிக் கூறுவதும் என வேறு முறைகளும் உண்டு.

"இருவகை நிலத்தின்இயல்வது சுவையே" (தொல்.மெய்ப். ப. 4)

என்ற செயிற்றியச் சூத்திரத்தை இளம்பூரணர் மேற்கோள் காட்டுகிறார். செயிற்றியச் சூத்திரங்களை அதிக அளவில் மேற்கோள் காட்டுபவரும் இளம்பூரணரே.

"உய்ப்போன் செய்தது காண்போர்க் கெய்துதல்
மெய்ப்பா டென்ப மெய்யுணர்ந் தோரே" (தொல்.மெய்ப். ப. 25)

என்று மெய்ப்பாடு என்பதன் இலக்கணம் கூறும் சூத்திரத்தையும் இளம்பூரணர் காட்டுகிறார். உலக வழக்கில் இல்லாத நடுவுநிலைச் சுவையை விளக்கும் மூன்று சூத்திரங்களை இவர் மேற்கோள் காட்டுகிறார். அவை பின்வருமாறு.

"மத்திமம் என்பது மாசறத் தெரியின்
சொல்லப்பட்ட எல்லாச் சுவையொடு
புல்லா தாகிய பொலிவிற் றென்ப.

நயனுடை மரபின் இதன்பயம் யாதெனின்
சேர்த்தி யோர்க்கும் சார்ந்துபடு வோர்க்கும்
ஒப்ப நிற்கும் நிலையிற்று என்ப.

உய்ப்போ ரிதனை யாரெனின் மிக்கது
பயக்கும் தாபதர் சாரணர் சமணர்
கயக்கறு முனிவர் அறிவரொடு பிறரும்
காமம் வெகுளி மயக்கம் நீங்கிய
வாய்மை யாளர் வகுத்தனர் பிறரும்
அச்சுவை எட்டும் அவர்க்கில ஆதலின்
அச்சுவை ஒருதலை யாதலின் அதனை
மெய்த்தலைப் படுக்க இதன்மிகவறிந் தோரே" (தொல்.மெய்ப். ப. 3)

சத்துவம், நகைச்சுவை, அழுகைச் சுவை, உவகைச் சுவை ஆகியவற்றை விளக்கும் நீண்ட செயிற்றியச் சூத்திரங்களை இளம்பூரணர் மேற்கோள் காட்டுகிறார்.

"நின்ற சுவையே.....
ஒன்றிய நிகழ்ச்சி சத்துவம் என்ப

சத்துவம் என்பது சாற்றுங் காலை
மெய்ம்மயிர் குளிர்த்தல் கண்ணீர் வார்தல்
நடுக்கம் கடுத்தல் வியர்த்தல் தேற்றம்
கொடுங்குரல் சிதைவொடு நிரல்பட வந்த
பத்துஎன மொழிப சத்துவம் தானே.

நகைஎனப் படுதல் வகையா தெனினே
நகைஎனச் செய்வோன் செய்வகை நோக்கு
நகையொடு நல்லவை நனி மகிழ்வதுவே.

உடனிவை தோன்றும் இடம் யாதெனினே
முடவர் செல்லும் செலவின்கண்ணும்
மடவோர் சொல்லும் சொல்லின்கண்ணும்
கவற்சி பெரிதுற்று உரைப்போர்க் கண்ணும்
பிதற்றிக் கூறும் பித்தர் கண்ணும்
சுற்றத் தோரை இகழ்ச்சிக் கண்ணும்
மற்றும் ஒருவர்கண் பட்டோர் கண்ணும்
குழவி கூறும் மழலைக் கண்ணும்
மெலியோன்கூறும் வலியின்கண்ணும்
வலியோன்கூறும் மெலிவின்கண்ணும்
ஒல்லார் மதிக்கும் வனப்பின்கண்ணும்
கல்லார் கூறும் கல்விக் கண்ணும்
பெண்பிரி தன்மை அலியின்கண்ணும்
ஆண்பிரி பெண்மைப் பேடிக் கண்ணும்
களியின்கண்ணும் காவாலி கண்ணும்
தெளிவிலார் ஒழுகும் கடவுளர் கண்ணும்
ஆரியர் கூறும் தமிழின்கண்ணும்
காரிகை அறியாக் காமுகர் கண்ணும்
கூனர் கண்ணும் குறளர் கண்ணும்
ஊமர் கண்ணும் செவிடர் கண்ணும்
ஆன்ற மரபின் இன்னுழி எல்லாம்

தோன்றும் என்ப துணிந்திசினோரே”

“கவலை கூர்ந்த கருணையது பெயரே
அவலம் என்ப அறிந்தோர், அதுதான்
நிலைமை இழந்து நீங்கு துணை உடைமை
தலைமை சான்ற தன்னிலை அழிதல்
சிறைஅணி துயரமொடு செய்கை அற்றிருத்தல்
குறைபடு பொருளொடு குறைபாடு எய்தல்
சாபம் எய்தல்சார் பிழைத்துக் கலங்கல்
காவ லின்றிக் கலக்கமொடு திரிதல்
கடகந் தொட்டகை கயிற்றொடு கோடல்
முடியுடைச் சென்னிபிறர் அடியுறப் பணிதல்
உளைப் பரி, பெருங்களிறு ஊர்ந்த சேவடி
தளைத்து இளைத்து ஒலிப்ப தளர்ந்தவை
நிறங்கிளர் அகலம் நீறொடு சேர்த்தல்
மறங்கிளர் கயவர் மனம் தவப் புடைத்தல்
கொலைக்களம் கோட்டம் கோன்முனைக் கவற்சி
அலைக்கண் மாறா அழுகுரல் அரவம்
இன்னோரன்னவை இயற்பட நாடித்
துன்னினர் உணர்க துணிவறிந் தோரே
இதன்பயம் இவ்வழி நோக்கி
அசைந்தன ராகி அழுதல் என்ப.”

“ஒத்த காமத்து ஒருவனும் ஒருத்தியும்
ஒத்த காமத்து ஒருவனொடு பலரும்
ஆடலும் பாடலும் கள்ளும் களியும்
ஊடலும் உணர்தலும் கூடலு மிடைந்து
புதுப்புனல் பொய்கை பூம்புனல் என்றுஇவை
விருப்புறு மனத்தொடு விழைந்து நுகர்தலும்
பயமலை மகிழ்தலும் பனிக்கடல் ஆடலும்
நயனுடை மரபின் நன்னகர் பொலிதலும்
குளம்பரிந்து ஆடலும் கோலம் செய்தலும்
கொடிநகர் புகுதலும் கடிமனை விரும்பலும்
துயில்கண் இன்றி இன்பம் துய்த்தலும்
மயிற்கண் மடவார் ஆடலுள் மகிழ்தலும்
நிலாப்பயன் கோடலும் நிலம்பெயர்ந்து உறைதலும்
கலம்பயில் சாந்தொடு கடிமலர் அணிதலும்

ஒருங்கு ஆராய்ந்த இன்னவை பிறவும்
சிருங்காரம் என வேண்டுப இதன்பயன்
துன்பம் நீங்கத் துகளறக் கிடந்த
இன்பமொடு புணர்ந்த ஏக்கழுத் தம்மே".
(தொல். மெய்ப்பாட்டியல் உரை)

அறம், பொருள், இன்பம் ஆகிய உறுதிப் பொருள்களை நான்கு வருணங்களுடன் சார்த்தி உரைக்கும் முறை அக்காலத்தில் இருந்துள்ளது.

"அறம்பொருள் இன்பம் அரசர் சாதி.

அறம்பொருள் வணிகர் சாதி யென்றறைப.

அறம்மேல் சூத்திரர் அங்க மாகும்." (சிலப். ப. 82)

என்ற மூன்று செயிற்றியச் சூத்திரங்களை அடியார்க்கு நல்லார் சிலப்பதிகார உரையில் மேற்கோள் காட்டுகிறார். யாப்பருங்கல விருத்தியுரை ஆசிரியர் பதினோராடல் பற்றிக் கூறும் இடத்தில் செயிற்றியம் பற்றிப் பின்வருமாறு குறிப்பிடுகிறார்.

"வெண்டுறை வெண்டுறைப் பாட்டாவன பதினோராடற்கும் ஏற்ற பாட்டு. அவை அல்லியம் முதலியனவும் பாடல்களாக ஆடுவாரையும் பாடல்களையும் கருவியையும் உந்து இசைப்பாட்டாய் வருவன. ... இவற்றின் தன்மை செயிற்றியமும் சயந்தமும் பொய்கையார் நூலும் முதலியவற்றுள் காண்க." (யா.வி. ப. 581)

பதினோரு வகையான ஆடல் பற்றியும் அவற்றிற்கு ஏற்ற பாடல்கள் பற்றியும் விரிவாக செயிற்றியத்தில் கூறப்பட்டுள்ளது என்பதை இதன்மூலம் அறியலாம்.

பாக்களுக்கு அடிவரையறை கூறும் அளவியல் என்பது யாப்பிலக்கணத்தில் ஒரு பகுதி. ஒவ்வொரு பாவுக்கும் குறைந்த அடியும் மிகுந்த அடியும் இதனுள் சொல்லப்பட்டிருக்கும். கலிப்பாவின் தரவு, தாழிசை, தனிச்சொல், சுரிதகம் ஆகிய உறுப்புகளுக்கு அளவு கூறும் இடத்தில், யாப்பருங்கல விருத்தியுரையில், "கலியுறுப்புக்கு அளவை செயன்முறையுள்ளும் செயிற்றியத்துள்ளும் அகத்தியத்துள்ளும் முடிந்தவாறு அறிந்து

கண்டுகொள்க" (யா.வி. ப. 298) என்ற எழுதப்பட்டுள்ளது. கலிப்பாவின் உறுப்புகளுக்கு அளவு செயிற்றியத்துள் கூறப்பட்டுள்ளது என்பதை நோக்கும்போது, செயிற்றியம் ஒரு விரிவான நூலாக இருக்க வேண்டும் என்பதை ஊகிக்கலாம்.

இவற்றை எல்லாம் தொகுத்து நோக்கும்போது, செயிற்றியம் ஒரு மிக விரிவான நாடக இலக்கண நூல் என்றும், இதில் மெய்ப்பாடு, பாக்கள், அவற்றின் அளவு, சுவைகள், தலைக்கோல், மேடை அமைப்பு முதலானவை கூறப்பட்டுள்ளன என்றும் அறிய முடிகின்றது. விரிந்த நூலாகவும் நாடகம் பற்றி அறிவதற்குத் தக்க நூலாகவும் இது பயன்பட்டது என்று தெரிகிறது.

செயிற்றியத்தை அடியார்க்கு நல்லார் ஆதார நூலாகப் பயன்படுத்துவதால் தொல்காப்பியத்தை ஒத்த பெருமை உடையது என்றும் கூறலாம். அடியார்க்கு நல்லார், அரும்பத உரையாசிரியர், இளம்பூரணர், பேராசிரியர், யாப்பருங்கல விருத்தியுரை ஆசிரியர் ஆகியோர் மதிப்பளித்து எடுத்துக்காட்டும் சிறந்த நூலாக இது விளங்கியது என்றும், உரையாசிரியர்களால் பரவலாக அறியப்பட்ட நூலாக இருந்தது என்றும் கூறலாம்.

பரதசேனாபதீயம் என்ற நூலை இயற்றியவர் ஆதிவாயிலார் என்பவராவர். இதை அடியார்க்கு நல்லார் சிலப்பதிகார உரை எழுதுவதற்கு ஆதார நூலாகக் கொண்டுள்ளார். இந்த நூலிலிருந்து சில சூத்திரங்களை அடியார்க்கு நல்லார் மேற்கோள் காட்டியுள்ளார். நடனம் கற்கத் தொடங்கும் வயது, அரங்கேற்றம் செய்யும் வயது முதலியவற்றைப் பற்றிப் பின்வரும் சூத்திரங்கள் கூறுகின்றன.

"பண்ணியம் வைத்து ஆனைமுகன்பாதம் பணிந்துநாள்
புண்ணிய ஓரைபுகன் றனகொண்டு - எண்ணியே
வண்டிருக்கும் கூந்தல் மடவரலை ஐஆண்டில்
தண்டியம் சேர்விப்பதே சால்பு,"

இது எந்த நூல் என்று அடியார்க்கு நல்லார் கூறவில்லை.

"வட்டணையும் தூசியும் மண்டலமும் பண்ணமைய
எட்டுடன்ஈர் இரண்டு ஆண்டு எய்தியபின் - கட்டளைய
கீதக் குறிப்பும் அலங்காரமும் கிளரச்

சோதித்து அரங்கேறச் சூழ்"

"நன்னர் விருப்புடையோள் நற்குணமும் மிக்குயர்ந்தோள்
சொன்ன குலத்தால்அமைந்த தொன்மையளாய் - பன்னிரண்டு ஆண்டு
எய்ந்ததற்பின் ஆடலுடன் பாடலழகு இம்மூன்றும்
வாய்ந்த அரங்கேற்றல் வழக்கு" (சிலப். . 79)

மாதவி ஐந்து வயது முதல் ஏழு ஆண்டுகள் நடனம் கற்றுப், பன்னிரண்டாம் வயதில் அரங்கேற்றம் செய்ய முற்பட்டாள் என்று சிலப்பதிகாரத்தில் உள்ளது. இதற்கு விளக்கம் கூற வேண்டி அடியார்க்கு நல்லார் பரதசேனாபதீயத்திலிருந்து மேலே உள்ள சூத்திரங்களை மேற்கோள் காட்டுகிறார். ஐந்து வயது முதல் நாட்டியம் கற்பித்துப் பன்னிரண்டு வயதில் அரங்கேற்றம் செய்வது வழக்கு; நல்ல குணமும், விருப்பமும் உள்ளவளாகவும், ஆடல் பாடல் அழகு இம் மூன்றிலும் சிறந்தவளாக இருப்பவளை பன்னிரண்டு வயதில் அரங்கேற்றம் செய்வித்தல் வழக்கு என்பது இந்தச் சூத்திரங்களின் பொருள்.

அரங்கு செய்வதற்கு நிலம் தேர்ந்தெடுக்கும் போது குற்றம் உள்ள இடங்களை நீக்கி, நல்ல இடமாகத் தேர்வு செய்ய வேண்டும். அரங்கம் அமைய உள்ள நிலத்தின் சுவைக்கு ஏற்ப அதன் தன்மையும் அமையும். நிலத்தின் சுவையும் அதன் குணமும் பின்வரும் பரதசேனாபதீய நூல் சூத்திரத்திலே குறிப்பிடப்படுகிறது.

"உவர்ப்பில் கலக்கமாம்: கைப்பின் வரும்கேடு:
துவர்ப்பில் பயமாம் சுவைகள்: - அவற்றில்
புளிநோய் பசிகாழ்ப்புப் பூங்கொடியே, தித்திப்பு
அளிபெருகும், ஆவது அரங்கு" (சிலப். ப.114)

அரங்கு அமைய உள்ள இடத்தின் மண் உவர்ப்புச் சுவையாக இருந்தால் கலக்கமும், கசப்பாக இருந்தால் கேடும், துவர்ப்பாக இருந்தால் அச்சமும், புளிப்பாக இருந்தால் நோயும், காரமாக இருந்தால் பசியும், இனிப்பாக இருந்தால் அருளும் உண்டு பண்ணும். எனவே, இனிப்பு தவிர மற்ற சுவை உள்ள இடத்தை நீக்க வேண்டும் என்பது இதன் கருத்து.

தலைக்கோல் செய்யும் முறை பற்றிக் கூறும் *பரதசேனாபதீயச்* சூத்திரம் ஒன்றை அடியார்க்கு நல்லார் மேற்கோள் காட்டுகிறார்.

"புண்ணிய மால்வெற்பில் பொருந்தும் கழைகொண்டு
கண்ணிடைக் கண்சாண் கனஞ்சாரும் - எண்ணிய
நீளம் எழுசாண் கொண்டு நீராட்டி நன்மைபுனை
நாளில் தலைக்கோலை நாட்டு." (சிலப். ப. 116)

புனிதமான மலையில் வளர்ந்த, கணுவுக்குக் கணு ஒரு சாண் நீளம் உள்ள மூங்கிலை, ஏழு சாண் உயரம் உள்ளதாக நல்ல நாளில்வெட்டி, நீராட்டிக் கொண்டு வர வேண்டும் என்பது இதன்பொருள். அரங்கத்தில் அமையும் திரைகள் குறித்தும் ஒரு சூத்திரத்தை அடியார்க்கு நல்லார் மேற்கோள் காட்டுகிறார்.

".. ... ...
... ... - அரிதரங்கில்
செய்து எழினி மூன்று அமைத்து சித்திரத்தால் பூதரையும்
எய்த எழுதி இயற்று". (சிலப். ப. 115)

ஒருமுக எழினி, பொருமுக எழினி, கரந்துவரல் எழினி ஆகிய மூன்று திரைகளையும் அமைத்து, அவற்றில் ஓவியத்தையும் எழுத வேண்டும் என்பது இதன்பொருள். *சிலப்பதிகார* உரையில் அடியார்க்கு நல்லார் மேற்கோள் காட்டிய *பரதசேனாபதீயம்* நூல் பற்றி விளக்கப்பட்டுள்ளது. உ.வே. சாமிநாதையர் நூல்நிலையப் பதிப்பாக *பரதசேனாபதீயம்* நூல் வெளிவந்துள்ளது.

மதிவாணர் நாடகத்தமிழ் நூல் அடியார்க்கு நல்லாரால் சிலப்பதிகார உரையில் மேற்கோள் காட்டப்பட்டுள்ளது. "கடைச்சங்கம் இரீஇய பாண்டியருள் கவியரங்கேறிய பாண்டியன் மதிவாணனார் செய்த முதனூல்களிலுள்ள வசைக் கூத்திற்கு மறுதலையாகிய புகழ்க் கூத்து இயன்ற *மதிவாணர் நாடகத்தமிழ் நூல்*" (சிலப். ப. 10) என்று அடியார்க்கு நல்லார் கூறியுள்ளதைக் கொண்டு இதன் சிறப்பை அறியலாம். அவர் இந் நூலிலிருந்து சில சூத்திரங்களை மேற்கோள் காட்டியுள்ளார். அவற்றுள் நாடகம் பற்றி விளக்கும் சூத்திரம் வருமாறு.

"அவைதாம்,
நாடகம் பிரகரணப் பிரகரணம்

ஆடிய பிரகரணம் அங்கம் என்றே
ஓதுப நன்னூல் உணர்ந்திசி னோரே". (சிலப். ப. 82)

மூன்று வகையான திரைகளைப் பற்றிப் பின்வரும் சூத்திரம் கூறுகிறது.

"முன்னிய எழினிதான் மூன்று வகைப்படும்." (சிலப். ப. 115)

தலைக்கோல் அமைப்பதற்கு ஏற்ற நல்ல நாள்களையும் இராசிகளையும் தொகுத்து ஒரு சூத்திரத்தில் கூறப்பட்டுள்ளது.

"பூராடம் கார்த்திகை பூரம் பரணி கலம்
சீர் ஆதிரை அவிட்டம் சித்திரையோடு - ஆருமுற
மாசி இடபம் அரிதுலை வான்கடகம்
பேசிய தேள்மிதுனம் பேசு." (சிலப். ப. 117)

நாடகத் தமிழில், பெருந்தேவ பாணியில் பலபத்திரரைத் துதிக்கும் பொழுது, அவருடைய தாரும் ஆடையும் நிறமும் அவரால் பெறவேண்டிய பொருளும் சொல்லி வெண்பாவால் துதிக்கப்படும். இதற்கு மேற்கோளாகப் பின்வரும் மதிவாணர் நாடகத்தமிழ் நூல் சூத்திரத்தை அடியார்க்கு நல்லார் காட்டுகிறார்.

"திருவளர் அரங்கில் சென்றினை தேறிப்
பரவுந் தேவரைப் பரவும் காலை
மணிதிகழ் நெடுமுடி மாணிபத் திரனை
அணிதிகழ் பளிங்கின் ஒளியினை என்றும்
கருந்தா துடுத்த கடவுளை என்றும்
இரும்பனைத் தனிக்கொடி ஏந்தினை என்றும்
கொடுவாய் நாஞ்சில் படையோய் என்றும்
கடிமலர் பிணைந்த கண்ணியை என்றும்
சேவடி போற்றிச் சிலபல வாயினும்
மூவடி முக்கால் வெள்ளையின் மொழிப." (சிலப். ப. 188)

பொதுவாக, தேவபாணிச் செய்யுள் கலிப்பாவால் பாடப்படும். இதில் வெண்பாவால் பாட வேண்டும் என்று கூறப்பட்டுள்ளது. இவற்றைத் தேவபாணி என்று கொள்ளாமல் வாழ்த்தியல் வகை என்று கொள்ள வேண்டும்.

வருணப்பூதர் நால்வரைத் துதிக்கும் நால்வகைத் தேவபாணி பற்றிக் கூறும் பின்வரும் சூத்திரத்தை அடியார்க்கு நல்லார் மேற்கோள் காட்டுகிறார்.

"அந்தணர் வேள்வியோடு அருமறை முற்றுக
வேந்தன் வேள்வியோ டியாண்டுபல வாழ்க
வணிகர் இருநெறி நீள்நிதி தழைக்க
பதினெண் கூலமும் உழவர்க்கு மிகுக
அரங்கியற் கூத்தும் நிரம்பிவினை முடிக
வாழ்க நெடுமுடி கூர்க என்வாய்ச் சொல்என்று
இப்படிப் பலிகொடுத்து இறைவனில்தொக்கு
செப்பட அமைத்துச் செழும்புகை காட்டிச்
சேவடி தேவரை ஏத்திப் பூதரை
மூவடி முக்கால் வெண்பா மொழிந்து
செவிஇழுக் குறாமை வேந்தனை ஏத்திச்
கவியொழுக் கத்து நின்றுழி வேந்தன்
கொடுப்பன கொடுப்ப அடுக்கும் என்ப." (சிலப். ப. 189)

நூல் என்ற பெயரிலேயே ஒரு நாடகத்தமிழ் நூலை அடியார்க்கு நல்லார் மேற்கோள் காட்டுகிறார்.

"ஆயிர நரம்பிற்று ஆதியாழ் ஆகும்
ஏனை உறுப்பும் ஒப்பன கொளலே
பத்தர் அளவும் கோட்டினது அளவும்
ஒத்த என்ப இரு மூன்று இரட்டி
வணர் சாண் ஒழித்தென வைத்தனர் புலவர்" (சிலப். ப. 9)

பேரியாழ் என்ற யாழைப் பற்றிக் கூறும் சூத்திரம் இது. ஏழுகோல் அளவு அகலம் கொண்ட மேடையில், ஆடுவோர் எப்படி ஆடவேண்டும் என்று பின்வரும் சூத்திரம் கூறுகிறது.

"ஆடிட முக்கோல், ஆட்டுவார்க்கு ஒரு கோல்,
பாடுநார்க்கு ஒருகோல், அந்தரம் ஒரு கோல்,
குயிலுவர் நிலையிடம் ஒருகோல்" (சிலப். ப.117)

ஆடுபவர் மூன்று கோல் இடத்திலே ஆட வேண்டும். பாடுபவர்கள் ஒரு கோல் இடத்திலேயும், ஆட்டுவிப்பவர்கள் ஒருகோல் இடத்திலேயும் இசைக் கருவிகள் வாசிப்பவர்கள்

ஒருகோல் இடத்திலேயும் இருக்க, ஒரு கோல் அந்தரமாகவும் விட்டு மூன்று கோலிடத்திலே ஆடவேண்டும் என்பது இதன் கருத்து.

கூத்தநூல் என்ற ஒரு நூலைப் பற்றி அடியார்க்கு நல்லார் கூறுகிறார். "கூலம் எண் வகைத்து. அவை நெல்லு, புல்லு, வரகு, தினை, சாமை, இறுங்கு, தோரை, இராகி பதினெண் வகைத்து என்பர் கூத்த நூலார்." (சிலப். ப. 29) இதே கருத்தை இந்திர விழவூரெடுத்த காதையிலும் (ப. 154) அடியார்க்கு நல்லார் கூறியுள்ளார். இந்த நூலிலிருந்து வேறு கருத்தையோ சூத்திரத்தையோ அடியார்க்கு நல்லார் மேற்கோள் காட்டவில்லை. (கூத்தநூல் என்ற பெயரில் ச.து.சு. யோகியார் ஒரு நூலைப் பதிப்பித்துள்ளார்.)

இதுவரை கூறப்பட்ட இசை, நாடக நூல்கள் பழம்பெரு உரையாசிரியர்களால் மேற்கோள் காட்டப்பட்டவை. இவற்றில் எந்த நூலும் முழுமையாகக் கிடைக்கவில்லை. அடியார்க்கு நல்லார் காலத்திலேயே மறைந்துவிட்ட நூல்கள் என்று இவை குறிப்பிடப்படுகின்றன. அடியார்க்கு நல்லாரைத் தவிர இளம்பூரணர், இறையனார் களவியல் உரையாசிரியர், பேராசிரியர், யாப்பருங்கல விருத்தியுரையாசிரியர் முதலிய உரையாசிரியர்களும் இவற்றில் சிலவற்றை மேற்கோள் காட்டுகின்றனர். ஆசிரியர் பெயர் சுட்டாத பல சூத்திரங்களை உரையாசிரியர்கள் மேற்கோள் காட்டுகின்றனர். இவற்றின் ஆசிரியர் பற்றி அக்காலத்திலேயே அறியமுடியவில்லை போலும். அல்லது அந்த நூல்கள் அக்காலத்தில் அனைவரும் அறிந்த நூல்களாக இருந்திருக்கலாம். அதனால் அவற்றின் ஆசிரியர் பற்றி உரையாசிரியர்கள் குறிப்பிடவில்லை எனவும் கூறலாம்.

மேலே காட்டிய நாடக நூல்களில் கூறப்பட்ட கருத்துகளை நோக்கும்போது அக்காலத்தில் இயற்றப்பட்ட நூல்களின் தன்மைகளை அறிய முடிகிறது. அத்துடன் நூலாசிரியர்களின் தகுதியையும் பரந்த அறிவையும் உணர முடிகிறது. நூலாசிரியர்களுக்குச் சோதிடம், கூலம், நிலத்தின் தன்மை, காலம், தொன்மம் முதலான பல்துறை அறிவு இருந்தது என்று தெரிகிறது.

தாம் ஈடுபாடு கொண்டிருந்த, இசை, நாடகத் துறைகளைக் கடந்து பொதுவான அறிவுத் துறைகளையும் அறிந்திருக்க வேண்டிய நிலை இருந்தது. இவ்வாறான பல்துறை அறிவு அனைத்துத் துறைகளிலும் இயங்கிய ஆசிரியர்கள் எல்லோருக்கும் இருந்தது. இதற்கு முதன்மையான காரணம் அக்காலத்தில் இருந்த கல்வி முறை. அதாவது ஒரு ஆசிரியரே இவ்வாறு பல்துறை அறிவையும்கொண்டு மாணவர்களுக்குக் கற்பித்து வந்துள்ளனர். எனவே, கற்ற அனைவரும் பல்துறை அறிவு கொண்டவர்களாகவே இருக்கும் வாய்ப்பு ஏற்பட்டிருந்தது.

இன்னொரு குறிப்பையும் சொல்ல வேண்டியுள்ளது. அதாவது, பாட்டியல் நூல்களில் பொருத்தப் பகுதியில் சொல்லப்படும் சோதிடம்சார் நம்பிக்கைகள் பாட்டியல் நூல்களைப் போலவே இசை, நாடக நூல்களிலும் இடம்பெற்றிருப்பதைக் காண முடிகிறது. சிற்ப நூல்களில் இவ்வாறான நம்பிக்கைகள் மிகுதியாகவே உள்ளன. இவற்றை நோக்கும்போது ஒரு சமூகத்தில் உள்ள பல கலைகளுக்கும் பொதுவான கூறுகள் இருந்துள்ளமை தெரிகிறது.

பழைய இசை, நாடக நூல்களுக்குப்பின், வேறு சில இசை, நாடக நூல்களும் தமிழில் தோன்றியுள்ளன. *சுத்தானந்தப் பிரகாசம், மகாபரத சூடாமணி, தாள சமுத்திரம், சச்சபுட வெண்பா* முதலியன அவ்வாறு தோன்றிய நூல்களாகும். அவற்றைப் பற்றி இக்கட்டுரையில் கூறவில்லை.

உசாத்துணைகள்

அரங்கராசன், மருதூர், 1983., *இலக்கண வரலாறு - பாட்டியல் நூல்கள்*. மருதூர்: பாலமுருகன் பதிப்பகம்.

அருணாசலம், மு. 1975. *தமிழிலக்கிய வரலாறு (ஒன்பதாம் நூற்றாண்டு)*. திருச்சிற்றம்பலம்: காந்தி வித்தியாலயம்.

------ 1975. *தமிழ் இசை இலக்கண வரலாறு*. மதுரை: கடவு பதிப்பகம்.

இளங்குமரன், இரா., 1988. *இலக்கண வரலாறு*. சென்னை: மணிவாசகர் பதிப்பகம்.

----- (பதி) 1973. யாப்பருங்கலம் (பழைய விருத்தியுரையுடன்), சென்னை: சைவசிந்தாந்த நூற்பதிப்புக் கழகம்.

----- (பதி) 1974. காக்கைபாடினியம், சென்னை: சைவசிந்தாந்த நூற்பதிப்புக் கழகம்.

கலிங்கத்துப்பரணி, 1960. சென்னை: எஸ். ராஜம் வெளியீடு.

சண்முகம்பிள்ளை, மு., சுந்தரமூர்த்தி, இ., (பதி.), 1980. திவாகரம் (முதல் தொகுதி) சென்னை: சென்னைப் பல்கலைக்கழகம்.

சண்முகம்பிள்ளை, மு., சுந்தரமூர்த்தி, இ., (பதி.)1993. திவாகரம் (இரண்டாம்தொகுதி) சென்னை: சென்னைப் பல்கலைக்கழகம்.

சாமிநாதையர் உ.வே., (பதி.) 1985. சிலப்பதிகாரம். தஞ்சாவூர்: தமிழ்ப் பல்கலைக்கழகம்.

சீனிவாசன், இரா. 2000. தமிழ் இலக்கண மரபுகள். சென்னை: தி பார்க்கர்.

பிங்கல முனிவர் இயற்றிய பிங்கல நிகண்டு மூலமும் உரையும், 1917. சென்னை: மதராஸ் ரிப்பன் அச்சியந்திர சாலை.

வெள்ளைவாரணன் க., (பதி) 1986. தொல்காப்பியம் மெய்ப்பாட்டியல் உரைவளம், மதுரை: மதுரை காமராசர் பல்கலைக்கழகம்.

வேங்கடசாமி, மயிலை, சீனி. 1967. மறைந்துபோன தமிழ் நூல்கள். சென்னை: சாந்தி நூலகம்.

வேணுகோபாலப் பிள்ளை மே.வீ., (பதி). 1985. யாப்பருங்கலக் காரிகை, சென்னை: பாரிநிலையம்.

ஆசிரியர் குறிப்பு

முனைவர் இரா. சீனிவாசன்
முதல்வர்,
அரசு கலை அறிவியல் கல்லூரி, திட்டமலை.
☐ 98418 38878 ☐ vasan1964@yahoo.com

25 ஆண்டுகள் கல்லூரி ஆசிரியப்பணி.

பதிப்பாசிரியர், ஆய்வாளர்.

முனைவர் பட்டம்: தமிழ் இலக்கண மரபுகள்

பேராய்வுத் திட்டங்கள் – பன்முக நோக்கில் திரௌபதி வழிபாடு, தெருக்கூத்து: பனுவல் உருவாக்கமும் நிகழ்த்துதலும்

நல்லாப்பிள்ளை பாரதத்தை (18 பருவம், 131 சருக்கம், 13,946 பாடல்கள்) சந்திபிரித்துப் பதிப்பித்துள்ளார்.

புத்தகங்கள்

தமிழ் இலக்கண மரபுகள், ஐந்திலக்கணம், நல்லாப்பிள்ளை பாரதம் (இரண்டு தொகுதிகள்), தமிழகத்தில் பாரதம் – வரலாறும் கதையாடலும், ஓர்மைவெளி, மணிமேகலையில் சமயமும் மெய்யியலும், சுழலும் மச்சேந்திரம், தொல்காப்பியச் செய்யுளியல்: புலனெறி இலக்கிய வழக்கு, மண்சிற்பங்கள், மகாபாரதக் கீர்த்தனை, கூத்து வாத்தியர்கள்.

நூற்றுக்கும் மேற்பட்ட கட்டுரைகள்.

புதிய பனுவல் – தமிழ் ஆங்கிலம் ஆகிய இருமொழி ஆய்விதழ் (அச்சு & இணையம்)

செம்மொழி நிறுவன நிதியுதவியுடன் நடத்திய இரண்டு பயிலரங்குகள், ஒரு கருத்தரங்கு

ஆகியவை இவரது பங்களிப்புகள்.